the Secret™

રહસ્ય

The Secret
રહસ્ય

રોન્ડા બર્ન

Published by

MANJUL

Manjul Publishing House
Corporate and Editorial Office
• 2nd Floor, Usha Preet Complex,
42 Malviya Nagar, Bhopal - 462 003
Sales and Marketing Office
• 7/32, Ansari Road, Daryaganj, New Delhi -110 002
Registered Office
•10, Nishat Colony, Bhopal - 462 003
E-mail: manjul@manjulindia.com
Website: www.manjulindia.com

Distributed by

Navbharat Sahitya Mandir
• Opp Patasa Pole, Nr. Jain Derasar,
Gandhi Road, Ahmedabad - 380 001
• 202 Pelican House,
Gujarat Chamber of Commerce Compound,
Opp. H. K. College, Ashram Road,
Ahmedabad - 380 009
Tel.: 079 - 22139253, 22132921
E-mail: info@navbharatonline.com
Website: www.navbharatonline.com

First published in India by

Manjul Publishing House
Corporate and Editorial Office:
● 2nd Floor, Usha Preet Complex, 42 Malviya Nagar, Bhopal 462 003 - India
Sales and Marketing Office: ●7/32, Ansari Road, Daryaganj, New Delhi 110 002 - India
Registered Office: ●10, Nishat Colony, Bhopal 462 003
E-mail: manjul@manjulindia.com   Website: www.manjulindia.com

Distributed by

Navbharat Sahitya Mandir
● Opp Patasa Pole, Nr. Jain Derasar, Gandhi Road, Ahmedabad - 380 001 - India
● 202 Pelican House, Gujarat Chamber of Commerce Compound,
Opp. H. K. College, Ashram Road, Ahmedabad - 380 009 - India
Tel.: 079 - 22139253, 22132921   E-mail: info@navbharatonline.com
Website: www.navbharatonline.com

Gujarati language translation copyright © 2010 by Manjul Publishing House Pvt. Ltd.

This edition first published in 2010
Tenth impression 2017

The Secret by Rhonda Byrne

Published by arrangement with the original publisher, Atria Books,
a division of Simon & Schuster, Inc.

ISBN   978-81-8322-198-6

Translation by Prof. Kanti Patel

Book design by Gozer Media P/L (Australia) www. gozer.com.au, directed by The Secret

Printed and bound in India by Thomson Press (India) Ltd.

The information contained in this book is intended to be educational and not for diagnosis, prescription or
treatment of any health disorder whatsoever. This information should not replace consultation with a
competent healthcare professional. The content of this book is intended to be used as an adjunct to a rational
and responsible healthcare programme prescribed by a healthcare professional. The author and publisher are
in no way liable for any misuse of the material.

જેવું ઉપર, તેવું નીચે
જેવું અંદર, તેવું બહાર

ઇમેરાલ્ડનો શિલાલેખ, ઈ. સ. પૂર્વે ૩૦૦૦ વર્ષ

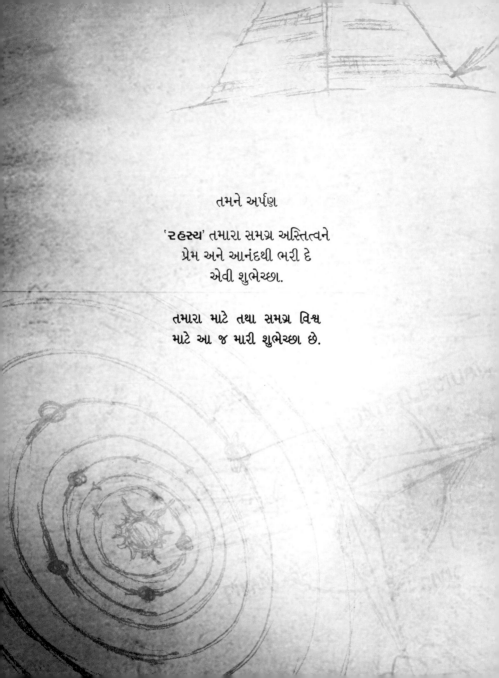

તમને અર્પણ

'રહસ્ય' તમારા સમગ્ર અસ્તિત્વને
પ્રેમ અને આનંદથી ભરી દે
એવી શુભેચ્છા.

તમારા માટે તથા સમગ્ર વિશ્વ
માટે આ જ મારી શુભેચ્છા છે.

અનુક્રમણિકા

પ્રસ્તાવના   ix

ઋણસ્વીકાર   xiii

રહસ્ય પ્રગટ થાય છે   ૧

રહસ્યની સરળ સમજ   ૨૭

રહસ્યનો ઉપયોગ કેવી રીતે કરવો   ૪૫

શક્તિશાળી પ્રક્રિયાઓ   ૭૧

ધનનું રહસ્ય   ૯૫

સંબંધોનું રહસ્ય   ૧૧૩

તંદુરસ્તીનું રહસ્ય   ૧૨૫

સંસારનું રહસ્ય   ૧૪૧

તમારા માટે રહસ્ય   ૧૫૫

જીવનનું રહસ્ય   ૧૭૭

પરિચય   ૧૮૫

પ્રસ્તાવના

એક વર્ષ અગાઉ મારું જીવન વેરવિખેર થઈ ગયું હતું. કામનો બોજો થકવી નાંખે તેવો હતો. મારા પિતાનું અણધાર્યું અવસાન થયું. સહકાર્યકરો તથા સ્વજનો સાથેનો મારો સંબંધ બગડી ગયો હતો. મને તે વખતે જરા સરખો પણ અણસાર નહોતો કે મારા જીવનની સૌથી હતાશ ક્ષણોમાંથી જ મને જીવનની સૌથી કિંમતી ભેટ મળવાની છે.

મને એકદમ **મહાન રહસ્ય**, જીવનના પરમ **રહસ્ય**ની ભાળ મળી હતી. મારી દીકરી હેલીએ મને આપેલી સો વર્ષ જૂની ચોપડી વાંચીને મને એ ભાળ મળી હતી. મેં ઐતિહાસિક દૃષ્ટિકોણથી એ **રહસ્ય**નો તાગ મેળવ્યો. મને બહુ જ નવાઈ લાગી કે આટલા બધા લોકો આ રહસ્ય વિશે જાણતા હતા ! ઇતિહાસની એ મહાન હસ્તીઓ હતી : પ્લેટો, શેક્સપિયર, ન્યૂટન, હ્યુગો, બિથોવન, લિંકન, ઇમર્સન, ઍડિસન, આઇન્સ્ટાઇન.

વ્યાકુળ બનીને મેં મારી જાતને પૂછ્યું, ‘‘દરેક વ્યક્તિ શા માટે આ રહસ્ય જાણતી નથી?’’ દુનિયાભરના તમામ લોકો આ **રહસ્ય** જાણે એવી મારી ઇચ્છા જોર પકડતી ગઈ. એટલે જે લોકો આ **રહસ્ય** જાણતા હોય એવા માણસોની ભાળ મેળવવાનું મેં શરૂ કર્યું.

પછી તો એક પછી એક, એવા માણસો મળવા લાગ્યા. હું જાણે કે લોહચુંબક બની ગઈ! મારી શોધ શરૂ થઈ કે તરત જ એ મહાન માણસો મારા તરફ ખેંચાઈને આવ્યા. જ્યારે

મને કોઈ ગુરુ મળ્યા તો તે મને સળંગ સાંકળની કડીરૂપ અન્ય ગુરુ પ્રત્યે દોરી ગયા. ક્યારેક હું ખોટે માર્ગે દોરાઈ ગઈ હોઈશ ત્યારે કોઈ એવી બાબત જાણવા મળે જેનાથી આડા, ફંટાયેલા માર્ગે પણ મને અન્ય ગુરુ મળી જાય ! આકસ્મિક રીતે, ઇન્ટરનેટ દ્વારા કોઈ ખોટી કડી મળી ગઈ હોય તો પણ અંતે મને કામની કોઈ જાણકારી પ્રાપ્ત થઈ જ હોય. સદીઓ જૂના સચવાયેલા એ **રહસ્ય**ની જાણકારી મને થોડાંક અઠવાડિયાંમાં જ મળી ગઈ. હાલમાં એ **રહસ્ય**ના ઉપાસકો કોણ છે એ પણ મેં જાણી લીધું.

ફિલ્મના માધ્યમથી આ **રહસ્ય** દુનિયાના લોકો સુધી પહોંચે એવું મેં સપનું સેવ્યું હતું. પછીના બે મહિનામાં ફિલ્મ અને ટેલિવિઝનની ટીમ બનાવી. તેણે આ **રહસ્ય** જાણ્યું. આ **રહસ્ય** દરેક ટીમ જાણે એ જરૂરી હતું. તેમ ન થાય તો અમે ધાર્યું પરિણામ મેળવી શકીએ તેમ નહોતા.

એ વખતે સમયે એક પણ શિક્ષકે આ ફિલ્મ માટે પોતાની સંમતિ આપી નહોતી, પરંતુ તે અમારા માટે ચિંતાનો વિષય નહોતો કારણ કે અમે **રહસ્ય** જાણતા હતા. તેથી પૂરેપૂરા વિશ્વાસ સાથે ઑસ્ટ્રેલિયાથી હું અમેરિકા પહોંચી, કેમ કે મોટા ભાગના શિક્ષકો ત્યાં રહેતા હતા. સાત અઠવાડિયાની અંદર સમગ્ર અમેરિકાના પંચાવન જેટલા શિક્ષકોની ૧૨૦ કલાક ચાલે એટલી ફિલ્મ **ધ સિક્રેટ**ની ટીમે બનાવી લીધી હતી. **ધ સિક્રેટ** ફિલ્મ બનાવતી વખતે ડગલે ને પગલે, એક એક શ્વાસે **રહસ્ય**નો ઉપયોગ કર્યો. ખરેખર તો એમ કહેવું જોઈએ કે દરેક વસ્તુ તથા વ્યક્તિ અમારા તરફ ખેંચાઈ આવી હતી. આઠ મહિના બાદ **ધ સિક્રેટ** ફિલ્મ રિલીઝ થઈ.

દુનિયાભરમાં ફિલ્મ એવી લોકપ્રિય બની કે ચમત્કારિક કિસ્સાઓનું વાર્તારૂપે પૂર આવ્યું. કાયમી દર્દમાં રાહત, હતાશા તથા રોગમાંથી મુક્તિ, અકસ્માતનો ભોગ બનેલાઓ પહેલી વાર ચાલતા થયા; એટલે સુધી કે મોતના મુખમાંથી પાછા વળેલા માણસો હરતાફરતા થઈ ગયા ! આ પ્રકારની અનેક બાબતો વિશે લોકો લખવા લાગ્યા. ફિલ્મમાં બતાવેલા **રહસ્ય**ના પ્રયોગને અજમાવીને લોકોએ કઈ રીતે અઢળક રૂપિયા મેળવ્યાં અને ટપાલમાં ચેક મેળવ્યાંના હજારો કિસ્સા અમને જાણવા મળ્યા.

આ **રહસ્ય**નો પ્રયોગ કરીને લોકોએ તેમનાં સપનાનું ઘર, જીવનસાથી શોધવામાં, કાર, વ્યવસાય કે નોકરીમાં બઢતી મેળવી છે. પતિ-પત્નીના સંબંધમાં કડવાશ આવી હોય અને તેનો ભોગ બાળકો બન્યાં હોય, તેમની વચ્ચે મનમેળ થયો હોય અને તેમનાં બાળકોને ફરી મા-બાપની હૂંફ મળી હોય એવા કિસ્સાઓની ઉત્સાહપૂર્વક વાતો પણ જાણવા મળી.

બાળકો સુધ્ધાંએ આ **રહસ્ય** તેમને ઊંચા માર્ક મેળવવામાં કે મિત્રો મેળવવામાં કેવી રીતે ઉપયોગી થઈ પડ્યું એની વાતો લખી જણાવી. આ **રહસ્ય**થી પ્રેરાઈને ડૉક્ટરોએ પોતાની વિદ્યા દર્દીઓ સાથે, શૈક્ષણિક સંસ્થાઓએ પોતાના વિદ્યાર્થીઓ સાથે, હેલ્થક્લબોએ પોતાના ગ્રાહકો સાથે, બધાં પ્રકારનાં દેવળો તથા અધ્યાત્મસ્થાનકોએ પોતાના અનુયાયીઓ જોડે વહેંચી હોવાની હકીકતો જાણવા મળી. દુનિયાભરમાં, કેટલાંક ઘરોમાં એવી **સિક્રેટ** પાર્ટીઓ યોજાવા લાગી જ્યાં લોકો તેમનું જ્ઞાન તેમના પ્રિયજનો તથા કુટુંબીજનો સાથે વહેંચવા લાગ્યા. **રહસ્ય**નો ઉપયોગ તમામ પ્રકારની વસ્તુઓ, જેવી કે ખાસ પ્રકારના એક પીંછાથી માંડીને દસ લાખ ડૉલર સુધીની વસ્તુઓને આકર્ષવામાં થવા લાગ્યો. આ બધું ફિલ્મ રિલીઝ થયા પછીના થોડાક મહિનામાં બન્યું.

ધ સિક્રેટ બનાવવા પાછળનો મારો આશય દુનિયાભરના લાખો લોકોને સુખી કરવાનો હતો અને છે. અમારી ટીમને રોજેરોજ લોકોને સુખી કર્યાનોઅનુભવ થતો રહ્યો છે. આખી દુનિયામાંથી દરેક વયજૂથના, જાતિના, રાષ્ટ્રના લોકો **રહસ્ય** દ્વારા પ્રાપ્ત થયેલા આનંદ બદલ રોજના હજારો પત્રો લખીને આભાર પ્રદર્શિત કરતા રહ્યા છે. આ જ્ઞાન એવું છે જેનાથી ધાર્યું કંઈ પણ થઈ શકે. તમે કોણ છો, કેવા છો, ક્યાં છો એ જાણવાની ચિંતા કર્યા વિના *ધ સિક્રેટ*માં બતાવેલું **રહસ્ય** તમને જે જોઈએ તે મેળવી આપી શકે એમ છે.

આ પુસ્તક તૈયાર કરવામાં ચોવીસ અદ્ભુત શિક્ષકોની મદદ મળી છે. આખા અમેરિકામાંથી અલગ અલગ સમયે તેમના શબ્દોનું ફિલ્માંકન થયું છે, પણ તેઓ બધા એક જ અવાજમાં વાત કરી રહ્યા હોય એવું લાગે છે. આ પુસ્તકમાં રહસ્યના શિક્ષકોની વાતો ઉપરાંત **રહસ્ય**ના પ્રયોગોની ચમત્કારિક વાતો પણ સમાવાઈ છે. હું જે રીતે શીખી તે તમામ સરળ રસ્તાઓ ટિપ તથા શૉર્ટકટના તમને પણ ભાગીદાર બનાવ્યા છે જેથી તમારા સપનાનું જીવન તમે જીવી શકો.

આખા પુસ્તકમાં તમને એક વસ્તુ જોવા મળશે તે એ કે કેટલીક જગ્યાએ 'તમે' શબ્દને બોલ્ડ કર્યો છે. તે એટલા માટે કે તમને એક વાચક તરીકે એવું અનુભવાય કે આ પુસ્તક તમારે માટે જ સર્જાયું છે. હું તમને 'તમે' તરીકે સંબોધીને વ્યક્તિગત રીતે તમારી સાથે વાતચીત કરું છું. આ પાનાંઓ સાથે તમારો અંગત સંબંધ બંધાય એવો મારો આશય છે, કારણ કે **રહસ્ય** તમારા માટે જ છતું થયું છે.

આ પાનાંની વાચનયાત્રા કરીને તમે જેવું આ **રહસ્ય** જાણશો તેવું જ, જે ઇચ્છો છો, તે મેળવી શકશો. જે બનવા માંગો છો તે બની શકશો. તથા જે કરવા માંગો છો તે બધું કરી શકશો. તમે કોણ છો તે તમે જાણી શકશો. જે ખરેખર ભવ્ય છે તે તમે પામી શકશો.

ઋણસ્વીકાર

કૃતજ્ઞતાની ઊંડી લાગણી સાથે હું મારા જીવનમાં આવેલી દરેક વ્યક્તિ, જેના તરફથી મને પ્રેરણા, હૂંફ તથા ઊર્જા મળી છે તેમનો હું હૃદયપૂર્વક આભાર માનું છું.

આ પુસ્તકની મારી સર્જનયાત્રામાં જેમણે મને સાથ આપ્યો છે તે નીચે જણાવેલા તમામ લોકોનો ઋણસ્વીકાર કરી તેમના પ્રત્યે આભારની લાગણી વ્યક્ત કરું છું.

જેમની સૂઝસમજ, પ્રીતિ તથા દૈવી પ્રેરણા મારફતે *ધી સિક્રેટ*ની યોજના પાર પાડી તે સહુ લેખકો પ્રત્યે હું આભારની લાગણી પ્રગટ કરું છું. જૉન અસારાફ, માઇકલ બર્નાડ બૅકવિથ, લી બ્રોઅર, જૅક કૅનફિલ્ડ, ડૉ. જૉન ડેમાર્ટિની, મૅરી ડાયમન્ડ, માઇક ડૂલી, બૉબ ડૉયલ, હેલ ડ્વોસ્કિન, મોરિસ ગુડમૅન, ડૉ. જૉન ગ્રે, ડૉ. જૉન હેજલિન, બિલ હેરિસ, ડૉ. બેન જૉનસન, લૉરલ લેંજમિયર, લીસા નિકોલ્સ, બૉબ પ્રૉક્ટર, જેમ્સ રે, ડેવિડ સ્કર્મર, માર્સી શિમૉફ, ડૉ. જો વિટાલ, ડૉ. ડેનિસ વેટલી, નીલ ડોનાલ્ડ વૉલ્સ અને ડૉ. ફ્રેડ એલન વોલ્ફ.

*ધી સિક્રેટ*ની પ્રોડક્શન ટીમના કેટલાક અનોખા લોકોની હું આભારી છું : પૉલ હેરિંગ્ટન, ગ્લેંડા બેલ, સ્કાઈ બર્ન અને નિક જોર્જ. ઉપરાંત ડ્રિયૂ હેરિયટ, ડેનિયલ કેર, ડેમિયન કોરબોય અને એ બધા જે *ધી સિક્રેટ*ની ફિલ્મ બનાવવામાં અમારી સાથે રહ્યા.

ગોઝર મીડિયાનો ખાસ આભાર માનું છું, જેમણે સુંદર ગ્રાફિક્સ બનાવીને એમાં **રહસ્ય**ની ભાવના પ્રગટ કરી. ખાસ કરીને જેમ્સ આર્મસ્ટ્રોંગ, શેમસ હોર તથા એંડી લ્યુઇસ પ્રત્યે આભારનો ભાવ વ્યક્ત કરું છું.

ધ સિક્રેટના સી.ઇ.ઓ. બૉબ રેનોનનો હું આભાર માનું છું. જેમને ઈશ્વરે અમારી પાસે મોકલ્યા હતા.

માઇકલ ગાર્ડિનર તથા ઑસ્ટ્રેલિયા અને અમેરિકાની કાનૂની સલાહકાર ટીમનો.

ધ સિક્રેટ વેબસાઇટ ટીમનો : ડેન હૉલિંગ્સ, જૉન હેરેન તથા 'પાવરફુલ ઇંટેન્શન્સ'નો જે **ધ સિક્રેટ ફોરમ**નું આયોજન કરી તેને ચલાવે છે, સાથે જ ફોરમમાં ઉપસ્થિત રહેનાર તમામ અદ્ભુત માણસોનો.

ભૂતકાળના એ મહાન અવતારી પુરુષો તથા ઉપદેશકોનો જેમનાં લખાણોએ મારી અંદરની ઇચ્છાને જલતી મશાલમાં પરિવર્તિત કરી. હું એમની મહાનતાની છાયામાં ચાલી છું એ દરેક માટે મને માન છે. રૉબર્ટ કૉલિયર તથા રૉબર્ટ કૉલિયર પબ્લિકેશન્સ, વેલેસ વેટલ્સ, ચાર્લ્સ હાનેલ, જૉસેફ કેમ્પબેલ તથા ધી જૉસેફ કેમ્પબેલ ફાઉન્ડેશન, પ્રેન્ટિસ મલફૉર્ડ, જેનેવીવ બેહરેન્ડ તથા ચાર્લ્સ ફિલમોરનો વિશેષ આભાર.

અટ્રિયા બુક્સ અને બિયોન્ડ વર્ડ્ઝના રિચાર્ડ કોહ્ન અને સિન્થિયા બ્લેક તથા પોતાની વાત રજૂ કરી **ધ સિક્રેટ**ને પોતાનું ગણવા બદલ સાઈમન એન્ડ શુસ્ટરનાં જ્યુડિથ કરનો આભાર. સંપાદન માટે હેન્રી કોવી અને જુની સ્ટીગરવોલ્ટનો આભાર.

પોતાની વાત ઉદારતાપૂર્વક જણાવવા બદલ હું એમની ઋણી છું : કેથી ગુડમૅન, સુઝાન સ્લોટ અને કૉલેન હેલ્મ, બેલિજ નેચરલ એનર્જીનાં ડિરેક્ટર સુઝાન મોરિસ, જીની મૅકે તથા જો શુગરમૅન.

પ્રેરણાત્મક શિક્ષણ માટે ડૉ. રૉબર્ટ એન્થની, જેરી અને એસ્થર હિક્સ, અબ્રાહમ, ડેવિડ કેમરોન ગ્રાઇકાંડી, જૉન હેરીચરન, કેથરીન પોન્ડર, ગે અને કેટી હેંડ્રિક્સ, સ્ટીફન એમ. આર. કૉવી, એકહાર્ટ ટૉલ અને ડેબી ફૉર્ડનો વિશેષ આભાર. ઉદારતાપૂર્વક સાથ આપવા બદલ ટ્રાન્સફોર્મેશનલ લીડર્સ કાઉન્સિલની સભ્ય ક્રિસ અને જેનેટ એટવુડ, માર્સિયા માર્ટિન, ધી સ્પિરિચ્યુલ સિનેમા સર્કલ, એગેપ સ્પિરિચ્યુલ સેન્ટરના કર્મચારીગણ તથા **'ધ સિક્રેટ'**માં સમાવાયેલા તમામ ઉપદેશકો તથા સાથીગણ તથા કર્મચારીગણનો આભાર.

મારા મૂલ્યવાન મિત્રોનો તેમના પ્રેમ તથા સહકાર બદલ વિશેષ આભાર. માર્સી કોલ્ટનક્લિલી, માર્ગરેટ રેનવન, એથેના ગોલિયાનિસ તથા જૉન વૉકર, એલેન બેટ, એડ્રિયા કીર તથા માઇકલ તેમ જ કેન્દ્રા એબે તથા મારા માનીતા પરિવારજનોનો : પીટર બર્ન, મારી ખાસ બહેનોનો, આ પુસ્તકમાં અમૂલ્ય મદદ આપવા બદલ જૅન ચાઇલ્ડનો, પૉલિન વર્નોન, કાયે આઇઝન (સ્વ.) અને ગ્લેંડો બેલનો, જેઓ હંમેશાં મારી સાથે છે તથા જેમના પ્રેમ અને મદદની કોઈ સીમા નથી. મારાં સાહસિક માતાજી આઇરીન આઇઝન તથા મારા પિતા રૉનાલ્ડ આઇઝનની સ્મૃતિમાં, જેમના સ્નેહની જ્યોતિ અમારા જીવનને પ્રકાશિત કરતી રહી છે.

અને છેલ્લે હું મારી દીકરીઓ હેલી તથા સ્કાઈ બર્નની આભારી છું. હેલી મારી જિંદગી તથા તેની સાચી યાત્રા માટે જવાબદાર છે. સ્કાઈ આ પુસ્તકના નિર્માણમાં હંમેશાં મારી સાથે રહી. તેણે ખૂબ સુંદર રીતે સંપાદન અને રૂપાંતર કરીને મારા શબ્દદેહને શિલ્પ બનાવ્યો. મારી દીકરીઓ મારા જીવનનું અણમોલ રત્ન છે. તેમના અસ્તિત્વની સુગંધ મારા જીવનને મહેકાવે છે.

રહસ્ય પ્રગટ થાય છે

બૉબ પ્રોક્ટર

તત્ત્વચિંતક, લેખક તથા અંગત માર્ગદર્શક

રહસ્યથી તમને જે જોઈએ છે તે મળે છે : સુખ, સ્વાસ્થ્ય અને સમૃદ્ધિ.

ડૉ. જો વિટાલ

મેટાફિઝિશિયન, માર્કેટિંગ વિશેષજ્ઞ તથા લેખક

તમે જે ઇચ્છો છો તે મેળવી શકો છો, કરી શકો છો તથા બની શકો છો.

જૉન અસારાફ

ઉદ્યોગપતિ તથા આર્થિક બાબતોના નિષ્ણાત

આપણે જે પસંદ કરીએ છીએ તે આપણને મળી શકે છે. એનાથી કોઈ ફરક નથી પડતો કે એ વસ્તુ ગમે તેટલી મોટી કેમ ન હોય.

તમારે કેવા ઘરમાં રહેવું છે ? તમે કરોડપતિ બનવા માગો છો ? કયા પ્રકારનો ધંધો તમે કરવા માગો છો ? તમારે વધુ સફળ થવું છે ? ખરેખર તમને શું જોઈએ છે ?

ડૉ. જૉન ડેમાર્ટિની

તત્ત્વચિંતક, કાયરોપ્રેક્ટર (પગની સારવારના નિષ્ણાત), ઉપચારક અને વ્યક્તિગત કાયાકલ્પ નિષ્ણાત

જીવનનું આ મહાન **રહસ્ય** છે.

ડૉ. ડેનિસ વેટલી

મનોવિજ્ઞાની અને માનસિક ક્ષમતાના શિક્ષક

ભૂતકાળના આગેવાનો જેઓ **રહસ્ય** જાણતા હતા તેઓ આ જ્ઞાન પોતાની પાસે રાખવામાં માનતા હતા, જ્ઞાન વહેંચવામાં નહીં. તેમણે **રહસ્ય** વિશે લોકોને અંધારામાં રાખ્યા હતા. લોકો કામ પર જતા હતા, તેમનો વ્યવસાય કરતા હતા અને ઘરે આવતા હતા. જ્ઞાનના અભાવમાં તેઓ ચક્કીમાં પીસાતા હતા, કારણ **રહસ્ય**ની જાણ બહુ ઓછાને હતી.

એવા ઘણા માણસો હતા જેમને **રહસ્ય**નું જ્ઞાન મેળવવાની ઇચ્છા હતી. ઇતિહાસ તેનો સાક્ષી છે. એવા પણ ઘણા માણસો હતા, જેઓ આ જ્ઞાન ફેલાવવાનો રસ્તો જાણતા હતા.

માઇકલ બર્નાર્ડ બેકવિથ

ભવિષ્યવેત્તા અને અગેપ ઇન્ટરનૅશનલ સ્પિરિચ્યુલ સેન્ટરના સ્થાપક

લોકોના જીવનમાં ઘણા ચમત્કારો બનતા મેં જોયા છે. આર્થિક ચમત્કારો, શારીરિક તથા માનસિક બીમારીમાંથી સાજા થવાનો ચમત્કાર, સંબંધોમાં સુધાર થયાનો ચમત્કાર.

જેક કેનફિલ્ડ

લેખક, શિક્ષક, જીવન માર્ગદર્શક, પ્રેરણાત્મક વક્તા

આ બધું એટલા માટે થયું, કેમ કે **રહસ્ય**નો ઉપયોગ કેમ કરવો તે મને જાણવા મળ્યું.

રહસ્ય શું છે?

બૉબ પ્રૉક્ટર

તમને એવું થતું હશે કે, 'આ **રહસ્ય** એટલે વળી શું ?' હું જે રીતે એને સમજ્યો છું તે તમને જણાવું છું.

એક અમાપ શક્તિથી આપણે સહુ કામ કરીએ છીએ. સમાન નિયમોને આધીન રહીને આપણે આપણી જાતને દોરીએ છીએ. બ્રહ્માંડના કુદરતી નિયમો એટલા ચોકસાઈભર્યા છે કે અવકાશયાન બનાવવામાં આપણને કોઈ તકલીફ અનુભવાતી નથી. આપણે માણસોને ચંદ્ર પર મોકલી શકીએ છીએ અને તેમના ઉતરાણનો સેકન્ડના અંશ સાથેનો ચોક્કસ સમય નક્કી કરી શકીએ છીએ.

ભારત, ઑસ્ટ્રેલિયા, ન્યૂઝીલેન્ડ, સ્ટોકહોમ, લંડન, ટોરન્ટો, મોન્ટ્રિયલ કે ન્યૂયૉર્ક – તમે ક્યાં પણ હોવ, આપણે સહુ એક જ શક્તિને વશ થઈને કામ કરીએ છીએ. એક જ નિયમને આધીન થઈને કામ કરીએ છીએ. એ છે આકર્ષણનો નિયમ.

રહસ્ય એટલે આકર્ષણનો નિયમ !

તમારા જીવનમાં જે કંઈ બને છે તેને તમે જ તમારા જીવન તરફ આકર્ષો છો. તમે તમારા મગજમાં જે કાલ્પનિક છબી ધારીને બેઠા છો તે આકર્ષણનું કેન્દ્ર છે. તમે જે વિચારો છો તે એ જ છે. તમારા મનમાં જે કંઈ ચાલી રહ્યું છે તેને તમે તમારા તરફ આકર્ષો છો.

"તમારો દરેક વિચાર એ ખરેખરી અસલી ચીજ છે – એક શક્તિ છે."

પ્રેન્ટિસ મલફોર્ડ (૧૮૩૪-૧૮૯૧)

અત્યાર સુધીમાં જે જે મહાન શિક્ષકો થઈ ગયા છે તે સહુ કહી ગયા છે કે આકર્ષણનો નિયમ એ બ્રહ્માંડનો સૌથી વધુ શક્તિશાળી નિયમ છે.

વિલિયમ શેક્સપિયર, રૉબર્ટ બ્રાઉનિંગ, વિલિયમ બ્લેક જેવા કવિઓએ તેમની કવિતામાં આ વાત કહી છે. લુડવિગ વાન, બિથોવન જેવા સંગીતકારોએ તેમના સંગીતમાં તેને વ્યક્ત કરી છે. લિયોનાર્દો-દ-વિન્ચી જેવા કલાકારોએ તેમનાં ચિત્રોમાં તેને વાચા આપી છે. મહાન ચિંતકો જેવા કે સૉક્રેટિસ, પ્લેટો, રાલ્ફ વાલ્ડો ઇમર્સન, પાયથાગોરસ, સર ફ્રાન્સિસ બેકન, સર આઇઝેક ન્યૂટન, જૉહાન્ન વોલ્ફગેંગ, વૉન ગેટે અને વિક્ટર હ્યુગોએ તેમનાં લખાણો અને ઉપદેશોમાં આ વાત કહી છે. તેથી જ તેમનાં નામ અમર બની ગયાં છે તથા દંતકથારૂપ તેમનાં જીવન સદીઓથી પ્રેરણા આપતાં રહ્યાં છે.

હિન્દુ ધર્મ, તપસ્વી-યતિની પરંપરા, બૌદ્ધ, યહૂદી, ખ્રિસ્તી, ઇસ્લામ ધર્મો તથા અન્ય સંસ્કૃતિઓમાં જેવી કે બેબિલોન અને ઇજિપ્તમાં – આ રહસ્ય લખાણ અને વાર્તાઓ રૂપે કહેવાયું છે. દરેક યુગમાં, દરેક સ્વરૂપમાં, પ્રાચીન લખાણોમાં સદીઓથી આ નિયમનો ઉલ્લેખ મળે છે. શિલાલેખોમાં ઈ.સ. પૂર્વે ૩૦૦૦માં પથ્થરો પર કંડારાયું છે. આ જ્ઞાનની જાણકારી મેળવવાનો પ્રયત્ન કેટલાકે કર્યો હતો. તેમાં તેઓ સફળ પણ થયા હતા, પણ શોધનારને મળી આવે એ રીતે એ ત્યાં પહેલેથી હતું જ.

કાળની શરૂઆત સાથે જ નિયમની પણ શરૂઆત થઈ. તેનું અસ્તિત્વ ત્યાં હતું જ અને રહેશે પણ.

આ એક એવો નિયમ છે જે સમગ્ર બ્રહ્માંડમાં સંપૂર્ણ વ્યવસ્થા સ્થાપે છે, તમારા જીવનની દરેક ક્ષણ અને તમે જે અનુભવો છો તે દરેક બાબતને અસર કરે છે. તમે કોણ છો, ક્યાં છો એની ચિંતા કર્યા વિના આકર્ષણનો નિયમ તમારા સમગ્ર જીવનના અનુભવને આકાર આપે છે અને આ સર્વશક્તિમાન નિયમ તમારા વિચારો મારફત કાર્યરત બને છે. તમે પોતે જ આકર્ષણના નિયમને તમારા વિચારો મારફતે આમંત્રો છો.

ઈ.સ. ૧૯૧૨માં ચાર્લ્સ હાનેલે એને આ રીતે ઓળખાવ્યો હતો. ‘‘સૌથી મહાન અને સૌથી વધુ અસરકારક નિયમ, જેના ઉપર સર્જનની સમગ્ર પ્રક્રિયા આધારિત છે.’’

બૉબ પ્રોક્ટર

દરેક યુગના શાણા માણસો એને જાણતા જ હોય છે. તમે સીધા પ્રાચીન બેબિલોનમાં પહોંચી જાઓ. તેઓ તેને જાણતા હતા. અલબત્ત, પસંદગીના થોડાક જ માણસો સુધી આ જ્ઞાન સીમિત હતું.

ઇતિહાસવિદ્દો પ્રાચીન બેબિલોન અને તેની સંસ્કૃતિની મહાન સિદ્ધિઓના અને ફટાફટ થતી સમૃદ્ધિના ગુણગાન ગાતા થાકતા નથી. વિશ્વની સાત અજાયબીઓમાંની એક ‘ધી હેન્ગિંગ ગાર્ડન’ આ સંસ્કૃતિની દેણ છે. બ્રહ્માંડના નિયમોને સમજીને તેનો અમલ કેવી રીતે કરવો તે તેઓ જાણતા હતા, તેથી જ ઇતિહાસમાં તેઓ સૌથી વધુ શ્રીમંત લોકો તરીકે જાણીતા થયા.

બૉબ પ્રૉક્ટર

તમને ખ્યાલ છે ખરો કે સમગ્ર માનવજાતની એક ટકા વસ્તી જ સમગ્ર આવકનો ૯૬ ટકા ભાગ લઈ જાય છે ? તમે એને અકસ્માત ગણશો ? એનું આયોજન જ એ રીતે થયું છે. જેઓ કંઈક સમજે છે તેમને રહસ્યની જાણ છે. હવે તમને પણ આ રહસ્યની જાણ કરવામાં આવી રહી છે.

જે લોકોએ જીવનમાં સંપત્તિ મેળવી છે, તેમણે જાણ્યે-અજાણ્યે રહસ્યનો ઉપયોગ કર્યો છે. તેઓ હંમેશાં અઢળક સંપત્તિનો જ વિચાર કરતા હોય છે. એના સિવાયનો કોઈ વિચાર તેઓ કરતા નથી. સંપત્તિના જ વિચારો તેમના મનમાં રમ્યા કરે છે. તેઓ એક સંપત્તિને જ ઓળખે છે. અન્ય કોઈ બાબતનું તેમના મનમાં સ્થાન નથી હોતું. તેઓ તેના વિશે સભાન હોય કે નહીં હોય, પણ તેમનું ચિત્ત સંપત્તિના વિચારમાં ખોવાયેલું હોય છે. જેને લીધે સંપત્તિ તેમને મળે છે. આકર્ષણના નિયમનું એ પરિણામ.

રહસ્ય અને આકર્ષણનો સક્રિય નિયમ જણાવવા માટે એક ઉદાહરણ પૂરતું થઈ પડશે. તમને એવા લોકોનો ખ્યાલ હશે જે લોકોએ અઢળક સંપત્તિ મેળવી હોય, પછી તેને ગુમાવી બેઠા હોય અને પછી પાછા બહુ ઓછા સમયમાં સદ્ધર બન્યા હોય. આમાં એવું બનતું હોય છે કે એ લોકો જાણતા હોય કે ન હોય, પણ તેઓ સંપત્તિ વિશે જ વિચારતા રહેતા હોય છે, તેથી સંપત્તિ તેમને મળે છે. પછી તેમના મનમાં એવી આશંકા જાગવા લાગે છે કે આ સંપત્તિ રહેશે કે નહીં. ધીમે ધીમે સંપત્તિ ગુમાવવાનો ડર તેમના ચિત્તનો કબજો લઈ લે છે. સંપત્તિ મેળવવાના વિચારને બદલે તેને ગુમાવવાનો ડર વધુ હોય છે, જે તેના ગુમાવવાનું કારણ બને છે. એક વાર તેઓ સંપત્તિ ગુમાવે છે, પછી તેને ગુમાવવાનો ડર રહેતો નથી. પાછું તેમનું ચિત્ત સંપત્તિ મેળવવામાં વ્યસ્ત થઈ જાય છે અને સંપત્તિ તેમને પાછી મળે છે.

આકર્ષણનો નિયમ તમારા વિચારોને અનુસરે છે – એ વિચારો ગમે તેવા કેમ ન હોય.

સમાન વસ્તુઓ સમાન વસ્તુઓને આકર્ષે છે

જોન અસારાફ

આકર્ષણના નિયમને સમજવાનો સહેલો ઉપાય એ જ કે હું મારી જાતને ચુંબક માનવા લાગું અને મને ખબર છે કે બીજું ચુંબક મારા તરફ આકર્ષાશે.

તમે આ વિશ્વનું સૌથી વધુ શક્તિશાળી લોહચુંબક છો. તમારી અંદર જે ચુંબકીય શક્તિ છે તે દુનિયાની કોઈ પણ શક્તિ કરતાં વધારે છે. આ અમાપ ચુંબકીય શક્તિ તમને તમારા વિચારો દ્વારા મળી છે.

બૉબ ડૉયલ
લેખક અને આકર્ષણના નિયમના નિષ્ણાત

મૂળભૂત રીતે આકર્ષણનો નિયમ એવું કહે છે કે સમાન વસ્તુઓ એકબીજાને આકર્ષે છે, એટલે કે આપણે એકસરખા વિચારોની વાત કરી રહ્યાં છીએ.

આકર્ષણનો નિયમ એવું કહે છે કે સમાન વસ્તુઓ એકબીજાને આકર્ષે છે, તેથી તમારા મનમાં કોઈ વિચાર ચાલતો હોય તો તે એના જેવા અન્ય વિચારોને આકર્ષે છે. થોડાંક વધુ ઉદાહરણો જોઈએ, જેમાં તમે તમારા જીવનમાં આકર્ષણના નિયમના સંદર્ભમાં આવું અનુભવ્યું હશે.

તમે ક્યારેક એવી વાત માટે વિચારવા લાગ્યા હો, જેનાથી તમે ખુશ નહોતા. એ વાત વિશે તમે જેટલું વધારે વિચાર્યું એટલી જ વધારે એ વાત ખરાબ લાગી. આમ થવાનું કારણ એ કે તમે એક જ વાત વિશે સતત વિચાર્યા કરતા હતા અને એટલે જ આકર્ષણનો નિયમ એવા જ બીજા વિચારો તમારા તરફ ખેંચી લાવે છે. થોડીક જ ક્ષણોમાં તમારા મગજમાં એટલા બધા દુઃખદ વિચારો ભરાઈ જશે કે તમારી હાલત પહેલાં કરતાં વધુ ખરાબ થતી જશે. તમે આ અંગે જેટલું વધારે વિચારશો તેટલા જ વધુ દુઃખી થશો.

તમે કોઈ ગીત સાંભળ્યું હોય ત્યારે તમને સમાન વિચારોના આકર્ષણનો અનુભવ થયો હશે. તમને ખ્યાલ આવ્યો હશે કે એ ગીતને તમારા મગજમાંથી તમે બહાર કાઢી શકતા નથી. તમારા મગજમાં સતત એ ગીત ગુંજતું રહે છે. જ્યારે તમે એ ગીત સાંભળ્યું હતું ત્યારે તમારી જાણ બહાર એ ગીત તમારા ધ્યાન અને આકર્ષણનું કેન્દ્ર બન્યું હશે. એમ થયા પછી તમે એ ગીત વિશેના સમાન વિચારોનું નિમિત્ત બન્યા હશો. એને લીધે આકર્ષણનો નિયમ કાર્યરત થયો અને તેણે એ ગીત સાથે મેળખાતા વિચારોને તમારા તરફ આકર્ષ્યા.

જોન અસારાફ

માણસ તરીકે આપણું કામ ગમતા વિચારોમાં રમતા રહેવાનું છે. આપણને શું જોઈએ છે તેના વિશે આપણે એકદમ સ્પષ્ટ છીએ. એમ કરીને આપણે બ્રહ્માંડના એક સૌથી મહાન નિયમને આમંત્રણ આપીએ છીએ અને એ છે આકર્ષણનો નિયમ. તમે જેનો સૌથી વધુ વિચાર કરો છો તેવા તમે બનો છો, એટલું જ નહીં, જેના વિશે સૌથી વધુ વિચાર કરો છો તેને પણ તમે આકર્ષો છો.

તમારું હાલનું જીવન તમારા ભૂતકાળના વિચારોનું પ્રતિબિંબ છે. તેમાં તમે જેને સૌથી અગત્યની બાબતો ગણતા હોવ તેનો પણ સમાવેશ થાય છે. તેમ જ જેને અગત્યની ન ગણતા હોવ એવી બાબતોનો પણ સમાવેશ થાય છે. જેનો તમે સૌથી વધુ વિચાર કરતા હોવ તેને તમે આકર્ષો છો, તેથી તમને તમારા જીવનની દરેક બાબતના સૌથી વધુ અસરકારક વિચારો કયા છે તેનો ખ્યાલ આવે છે. કારણ એ તમારા અનુભવની બાબત છે. હવે તમે **રહસ્ય** સમજવા લાગ્યા છો, જે જ્ઞાન દ્વારા તમે ધારો તે બદલી શકો છો.

બૉબ પ્રૉક્ટર

જે વસ્તુ તમારા ચિત્તનો કબજો જમાવીને બેઠી છે તે વસ્તુ તમારા હાથમાં આવવાની જ છે.

તમને શું જોઈએ છે તે વિશે તમે વિચારો અને પછી એ વિચાર દઢ કરો તો તમે જેવું વિચારેલું છે એવું તમારા જીવનમાં બનશે જ.

માઇક ડૂલી

લેખક અને આંતરરાષ્ટ્રીય વક્તા

એ નિયમનો સાર ત્રણ શબ્દોમાં આ રીતે આપી શકાય : "વિચારોનું વસ્તુમાં રૂપાંતર."

સૌથી શક્તિશાળી નિયમ દ્વારા તમારા વિચારોનું વસ્તુમાં રૂપાંતર થશે. તમારા વિચારો વસ્તુ બની જશે. આ વાત તમે તમારી જાતને કહો. એને તમારી ચેતનામાં પ્રવેશવા દો. તમારા વિચારો વસ્તુ બની જશે.

જોન અસારાફ

મોટા ભાગના લોકોને એ વાતનો ખ્યાલ નથી હોતો કે વિચારની વીજતરંગોની જેમ ચોક્કસ ફ્રીકવન્સી હોય છે. વિચારને માપી શકાય છે, તેથી તમે એક ને એક વિચાર વારંવાર કર્યા કરો. જેમ કે નવી નક્કોર કાર ખરીદવાનો, તમને જરૂર છે એ ધનનો, તમે જે શરૂ કરવા ધારો છો તે કંપનીનો અથવા તો જીવનસાથીનો... તમે સતત એવી કલ્પના કરો કે તે વસ્તુ કોના જેવી હશે તો તમે વિચારોની ચોક્કસ ફ્રીકવન્સી સેટ કરી રહ્યા છો.

ડૉ. જો વિટાલ

વિચાર ચુંબકીય સંકેત મોકલે છે, જે એની સમકક્ષ વસ્તુને તમારી તરફ આકર્ષે છે.

> "મગજમાં ઘર કરી ગયેલો કોઈ પણ વિચાર અથવા તો માનસિક અભિગમ એ લોહચુંબક છે અને નિયમ એવો છે કોઈ ચીજ કે બાબત તેના જેવી અન્ય કોઈ ચીજ કે બાબતને આકર્ષે છે, પરિણામે જે પણ માનસિક અભિગમ હોય એ એની પ્રકૃતિ અનુસાર એવી જ પરિસ્થિતિને આકર્ષે છે."
>
> ચાર્લ્સ હાનેલ (૧૮૬૬-૧૯૪૯)

વિચારો ચુંબકીય શક્તિ ધરાવે છે તથા તેની ચોક્કસ ફ્રીકવન્સી હોય છે. તમે જે કંઈ વિચારો, એ વિચારો બ્રહ્માંડમાં આંદોલિત થઈને સમાન સ્તરે તેના જેવી વસ્તુને આકર્ષે છે. જે કંઈ મોકલવામાં આવ્યું તે મૂળ તરફ પાછું ફરે છે. એ મૂળ તે તમે.

આ રીતે વિચારો : ટેલિવિઝન સ્ટેશનનું ટ્રાન્સમિશન ટાવર અમુક ફ્રીકવન્સીમાં કાર્યક્રમ પ્રસારિત કરે છે, જે દશ્યોમાં પરિવર્તિત થઈને તમારા ટેલિવિઝન પર પહોંચે છે. આ પ્રક્રિયા કેવી રીતે બને છે તેની આપણામાંના મોટા ભાગના લોકોને જાણ નથી હોતી, પણ આપણને એટલી તો ખબર હોય છે કે દરેક ચૅનલની એક ચોક્કસ ફ્રીકવન્સી હોય છે. આપણે એ ફ્રીકવન્સી પર પ્રોગ્રામ ગોઠવીએ એટલે ટેલિવિઝન ઉપર દશ્યો આવવા લાગે. જે ચૅનલ જોઈતી હોય એની ફ્રીકવન્સી અનુસાર આપણે પ્રોગ્રામ સેટ કરવો પડે. જો આપણને જુદું ચિત્ર જોવાનું મન થાય તો ચૅનલ બદલીએ છીએ અને તેને નવી ફ્રીકવન્સી પર સેટ કરીએ છીએ.

તમે મનુષ્યરૂપી ટ્રાન્સમિશન ટાવર છો અને પૃથ્વી ઉપરના કોઈ પણ ટેલિવિઝન ટાવર કરતાં વધારે શક્તિશાળી છો. આ બ્રહ્માંડમાં તમે સૌથી વધુ શક્તિશાળી ટ્રાન્સમિશન ટાવર છો. તમારું ટ્રાન્સમિશન તમારી જિંદગી અને તમારા વિશ્વને બનાવે છે.

તમે જે વિચારના તરંગ સર્જો છો તે શહેર, દેશ તથા વિશ્વની પેલે પાર પહોંચે છે. સમગ્ર બ્રહ્માંડમાં તે ગુંજવા લાગે છે. એ જ ફ્રીક્વન્સીને તમે તમારા વિચારો દ્વારા પ્રસારિત કરો છો.

તમારા વિચારોના પ્રસારણ દ્વારા જે દશ્યો મળે છે તે તમારા દીવાનખાનાના ટેલિવિઝનના પડદા પર નહીં, પણ જિંદગીના પડદા પર દેખાય છે. તમારા વિચારો દ્વારા જે વીજતરંગ જન્મે છે તે તેના જેવી વસ્તુઓને તે જ ફ્રીક્વન્સી પર આકર્ષે છે અને પછી તેનું પુનઃપ્રસારણ તમારી જિંદગીનાં દશ્યોરૂપે થાય છે. તમે જો તમારી જિંદગીમાં કોઈ ફેરફાર ઇચ્છતા હો તો તમારા વિચારોમાં ફેરફાર કરો. તેને અલગ ચૅનલ તથા ફ્રીક્વન્સી પર સેટ કરો.

> "માનસિક શક્તિમાંથી ઊઠતા તરંગો સૌથી વધુ સુંદર અને સૌથી વધુ શક્તિશાળી હોય છે."
>
> ચાર્લ્સ હાનેલ

બૉબ પ્રૉક્ટર

જો તમે સુખી જીવનની કલ્પના કરશો તો તમે તેને તમારા તરફ આકર્ષશો. આ સિદ્ધાંત દરેક વખતે, દરેક વ્યક્તિને લાગુ પડે છે.

તમારી જાતને અઢળક સંપત્તિની વચ્ચે જોવાનું વિચારો ત્યારે આકર્ષણના નિયમ અનુસાર તમે દઢપણે અને સભાનપણે તમારી જિંદગીનું ઘડતર કરો છો. એ સાવ સહેલું છે, પણ તો પછી સ્પષ્ટપણે એક સવાલ ઊભો થાય છે : 'દરેક વ્યક્તિ કેમ તેના સપનાની જિંદગી જીવતી નથી ?''

ખરાબ નહીં, પણ સારી બાબતોને આકર્ષો

જૉન અસારાફ

આ જ સમસ્યા છે. મોટા ભાગના લોકો તેમને જે જોઈતી નથી તે વસ્તુનો વિચાર કરે છે અને પછી એ અણગમતી બાબત તેમની સામે વારંવાર આવે ત્યારે તેમને નવાઈ લાગે છે.

લોકોને પોતે ઇચ્છેલી વસ્તુ ન મળવાનું એક જ કારણ હોઈ શકે. તે લોકો પોતાને શું જોઈએ છે તેના કરતાં શું નથી જોઈતું તેનો વિચાર વધારે કરે છે. તમારા વિચારો તરફ ધ્યાન આપો. તમે જે શબ્દો ઉચ્ચારો છો તે સમજો. નિયમ અફર છે તેમાં કાંઈ ગરબડ થતી નથી.

સદીઓથી માણસજાતને પ્લેગથી પણ ખરાબ એક રોગચાળો પજવતો રહ્યો છે, એ રોગ છે ''નથી જોઈતું''નો. આ રોગને માણસો જીવતો રાખે છે. 'નથી જોઈતું' એ વાત તેમના મનમાં ઘર કરી ગઈ હોય છે. તેમના ધ્યાનમાં, વાતોમાં, કાર્યોમાં આ વાત સંપૂર્ણપણે છવાયેલી હોય છે, પણ આ એવી પેઢી છે જે ઇતિહાસ બદલી નાખશે, કારણ કે આ રોગ શેને લીધે છે તેનું જ્ઞાન આપણને મળ્યું છે. તમારાથી તેની શરૂઆત થશે અને આ નવી વૈચારિક ક્રાંતિના તમે સૂત્રધાર બનશો, જે જોઈએ છે તેનો જ વિચાર કરશો તથા તે વિશે વાત કરશો.

બૉબ ડૉયલ

તમે સારું કે ખરાબ વિચારો છો એની સાથે આકર્ષણના નિયમને કંઈ જ લાગતુંવળગતું નથી. તમને એની જરૂર છે કે નહીં એની પણ એને પરવા નથી. એ તો માત્ર તમારા વિચારોને પ્રતિસાદ આપે છે, તેથી તમે જો ડુંગર જેટલા દેવાનો જ વિચાર કરતા હો અને એની ચિંતા કરતા હો તો તેનો સંકેત બ્રહ્માંડને આપો છો.''આ દેવાના ડુંગર

> નીચે હું દટાયેલો છું.'' તમે તમારી આ જાતને વાત દૃઢતાપૂર્વક કહો છો. તમારા અસ્તિત્વની દરેક પળે તમે આવું અનુભવો છો. આકર્ષણનો નિયમ તમે જેનો પણ વિચાર કરતા હો તે જ તમને આપે છે.

આકર્ષણનો નિયમ એ કુદરતનો નિયમ છે. એ બિલકુલ તટસ્થ છે, સારા અને નરસા વચ્ચે એ ભેદ કરતો નથી. એ તમારા વિચારોને તમારા જીવનમાં સાકાર કરે છે. આકર્ષણનો નિયમ તમે જેવું વિચારો છો તેવું જ તમને આપે છે.

લીસા નિકોલ્સ

લેખક અને વ્યક્તિગત સશક્તિકરણ નિષ્ણાત

આકર્ષણનો નિયમ આજ્ઞાંકિત છે. તમે જ્યારે તમને અણગમતી વાતોનો વિચાર કરતા હો અને તેના ઉપર ધ્યાન કેન્દ્રિત કરતા હો ત્યારે આકર્ષણનો નિયમ દરેક વખતે તમને જે જોઈતું હશે તે જ આપશે. જ્યારે તમે વણજોઈતી વાત પર ધ્યાન કેન્દ્રિત કરતા હો, ''મારે મોડા પડવું નથી, મારે મોડા પડવું નથી'' – ત્યારે આકર્ષણનો નિયમ એ સાંભળવા તૈયાર નથી હોતો કે તમને આ નથી જોઈતું. એ તો તમે જે વિચારો છો તેનો અમલ કરવા તૈયાર હોય છે અને એ તો વારંવાર એમ જ બનતું રહેવાનું. કોઈ બાબતમાં તમે ધ્યાન કેન્દ્રિત કરતા હો, પછી ભલેને તમારું જે થવાનું હોય તે થાય, તમે જેવું વિચારો છો તેવું ખરેખર તમારા જીવનમાં બને છે.

તમે જ્યારે તમને જોઈતી વસ્તુ વિશે વિચારો છો અને એના પર ધ્યાન કેન્દ્રિત કરો છો ત્યારે તે ક્ષણે તમે બ્રહ્માંડની ઉચ્ચતમ શક્તિને આહ્વાન આપો છો. આકર્ષણનો નિયમ ''નથી જોઈતું,'' ''ના'', ''નહીં'' અથવા એ પ્રકારના નકારાત્મક શબ્દોની નોંધ લેતો નથી. તમે નકારાત્મક ઉદ્‌ગારો કાઢો છો ત્યારે આકર્ષણનો નિયમ એનો કેવો અર્થ કરે છે તે જુઓ.

"મારે આ કપડાં પર કોઈ ડાઘ પડવા દેવો નથી."
  "મારે આ કપડાં પર ડાઘ પડવા દેવો છે. વધારે ડાઘ પડવા દેવા છે."

"મારા વાળની સ્ટાઈલ બગાડી ન નાખે તો સારું."
  "મારા વાળ બગડવા જોઈએ."

"મારે મોડા પડવું નથી."
  "હું મોડો પડવા માગું છું."

"પેલો માણસ મારી સાથે સારી રીતે વર્તે તો સારું."
  "પેલો માણસ તથા અન્ય માણસો મારી સાથે ખરાબ રીતે વર્તે એવું હું ઇચ્છું છું."

"રેસ્ટોરાંમાં નોંધાવેલું ટેબલ કોઈને આપી ન દે તો સારું."
  "રેસ્ટોરાંવાળો ટેબલ કોઈને આપી દે એવું હું ઇચ્છું છું."

"આ બૂટ મને ડંખે નહીં તો સારું."
  "આ બૂટ મને ડંખે એવું હું ઇચ્છું છું."

"આ બધાં કામ હું પૂરાં નહીં કરી શકું."
  "મારું કામ વધે એવું હું ઇચ્છું છું."

"મને ફ્લુ ન થાય તો સારું."
  "મને ફ્લુ તથા અન્ય રોગ થાય એમ હું ઇચ્છું છું."

"મારે દલીલ નથી કરવી."
  "વધુ દલીલબાજી કરવાની મારી ઇચ્છા છે."

"તમે મારી સાથે આ રીતે વાત ન કરો."
  "તમે આ જ રીતે મારી સાથે વાત કરો એમ હું ઇચ્છું છું.
  બીજા લોકો પણ મારી સાથે આ રીતે બોલે એમ હું ઇચ્છું છું."

આકર્ષણનો નિયમ તમે જેનો વિચાર કરો છો તે જ તમને આપે છે.
  વાત પૂરી થઈ.

બૉબ પ્રૉક્ટર

તમે માનો કે ન માનો, તમે સમજો કે ન સમજો, આકર્ષણનો નિયમ એની રીતે કામ કરે છે.

આકર્ષણનો નિયમ એ તો સૃષ્ટિનો નિયમ છે. ક્વૉન્ટમ ફિઝિક્સ આપણને કહે છે કે સમગ્ર બ્રહ્માંડ વિચારમાંથી ઉદ્દ્ભવ્યું છે. તમારા વિચારો તથા આકર્ષણના નિયમને આધારે તમે તમારા જીવનને ઘડો છો. દરેક વ્યક્તિ આ પ્રમાણે જ કરે છે. તમે જાણવા લાગ્યા છો, તેથી આ થાય છે એવું નથી. આદિકાળથી તમારા અને અન્યોના જીવનમાં આ પ્રમાણે બનતું આવ્યું છે. તમે જ્યારે આ વસ્તુનું જ્ઞાન મેળવો છો ત્યારે તમને એ વાતનો ખ્યાલ આવે છે કે તમારા જીવનમાં મળેલી વિચારવાની શક્તિને લીધે તમે કેટલા શક્તિશાળી બનો છો.

લીસા નિકોલ્સ

જ્યાં સુધી તમારી વિચારવાની પ્રક્રિયા ચાલુ છે ત્યાં સુધી એ કામ કર્યે રાખે છે. તમારા વિચારોનો પ્રવાહ જેમ વહેતો રહે છે તેમ આકર્ષણનો નિયમ કામ કરતો રહે છે. તમે અતીતના વિચારોમાં ખોવાઈ જાઓ છો ત્યારે પણ આકર્ષણનો નિયમ કામ કરે છે. તમે જ્યારે વર્તમાન અથવા ભવિષ્યનો વિચાર કરતા હો છો ત્યારે પણ આકર્ષણનો નિયમ કામ કરે છે. એ સતત ચાલતી પ્રક્રિયા છે. તમે એમાં વિરામ ન લઈ શકો, તમે એને અટકાવી ન શકો. હંમેશાં એ તમારા વિચારો ભેગો કાર્યરત રહે છે.

આપણને એનો ખ્યાલ હોય કે ન હોય, આપણે ઘણોખરો વખત વિચારતા રહીએ છીએ. તમે જ્યારે બોલતા હો છો કે કોઈકને સાંભળતા હો છો, તમે વિચારતા રહો છો. તમે છાપું વાંચતા હો કે ટેલિવિઝન જોતા હો, તમે વિચારતા રહો છો. તમે જ્યારે અતીતની સ્મૃતિ વાગોળો છો ત્યારે તમે વિચારતા હો છો. તમે જ્યારે ભવિષ્યની કોઈ

બાબતનો ખ્યાલ કરો છો, તમે વિચારતા હો છો. ગાડી ચલાવો છો ત્યારે પણ તમે વિચારતા હો છો. સવારે જ્યારે તૈયાર થતા હો છો ત્યારે તમે વિચારો છો. આપણામાંના ઘણાખરા જ્યારે ઊંઘતા હોઈએ છીએ ત્યારે જ વિચારવાનું બંધ કરીએ છીએ. અલબત્ત સૂતાં પહેલાં જે વિચારો આવ્યા હોય તેને માટે આકર્ષણના નિયમો કામ કરતા હોય છે. તમે સૂવા જાઓ એ પહેલાં જે કંઈ વિચારો તે સારું વિચારો.

 ## માઈકલ બર્નાર્ડ બેકવિથ

સર્જન હંમેશાં થતું રહે છે. દરેક વ્યક્તિ જ્યારે વિચારમાં હોય છે કે પછી તેની પાસે વિચારવાની દીર્ઘદૃષ્ટિ હોય છે ત્યારે તે સર્જન કરે છે. આવા વિચારને પરિણામે કંઈક તો જરૂર ફળ મળે છે.

અત્યારે તમે જે વિચારો છો તે તમારી ભાવિ જિંદગી બનાવે છે. તમારા વિચારો દ્વારા જ તમે તમારી જિંદગી ઘડો છો. તમે હંમેશાં વિચારતા રહો છો તેથી તમે સર્જન કરો છો. તમે જે તીવ્રપણે વિચારો છો અથવા જે બાબત પ્રત્યે ધ્યાન કેન્દ્રિત કરો છો તે તમારા જીવનમાં જરૂર પ્રગટ થશે.

કુદરતના સઘળા નિયમોની જેમ આ નિયમ પણ નક્કર છે. તમે તમારું જીવન સર્જો છો. તમે જેવું વાવો છો તેવું લણો છો. તમારા વિચારો એ બીજ છે. તમે જે પાક લણશો તેનો આધાર તમે જે બીજ વાવો છો તેના ઉપર છે.

તમે ફરિયાદ કરતા હશો તો આકર્ષણનો નિયમ દૃઢપણે તમારા જીવનમાં એવી પરિસ્થિતિ સર્જશે જેના વિશે તમારે ફરિયાદ કરવાની જ રહેશે. તમે કોઈને ફરિયાદ કરતા સાંભળો અને તેનામાં ધ્યાન પરોવો, તેના તરફ સહાનુભૂતિ બતાવવા તેની સાથે સંમત થાઓ તે જ ક્ષણથી તમે પણ એવી પરિસ્થિતિ નોતરો છો જેના વિશે તમને ફરિયાદ હોય.

તમારા વિચારો દ્વારા તમે જે બાબતમાં ધ્યાન કેન્દ્રિત કરો છો, નિયમ તમને તે જ વળતરરૂપે આપશે. પ્રબળ જ્ઞાન દ્વારા તમારી વિચારવાની પદ્ધતિ બદલીને તમે તમારા સમગ્ર જીવનની પરિસ્થિતિ તથા પ્રસંગોને સંપૂર્ણપણે બદલી શકો છો.

બિલ હેરિસ
શિક્ષક અને સેન્ટરપૉઇન્ટ રિસર્ચ ઇન્સ્ટિટ્યૂટના સ્થાપક

રૉબર્ટ નામનો મારો એક વિદ્યાર્થી હતો. તે અમારો ઑનલાઇન કોર્સ કરતો હતો. તે મને ઇ-મેલથી સંપર્ક કરતો હતો.

રૉબર્ટ સજાતીય હતો. તેણે તેના જીવનની કડવી વાસ્તવિકતા મને ઇ-મેઇલથી જણાવી હતી. તેના સહકર્મચારીઓ તેને ભેગા થઈને હેરાન કરતા. તેમનો વ્યવહાર ખૂબ ખરાબ હતો. તેના લીધે તે સતત ટેન્શનમાં રહેતો હતો. રસ્તા ઉપરથી તે નીકળતો ત્યારે વિકૃત મનોદશાવાળા લોકો ઘેરી વળીને તેને હેરાન કરતા. તેને હાસ્યકલાકાર બનવું હતું. તે જ્યારે હાસ્યના પ્રયોગો કરતો ત્યારે તે સજાતીય હોવાની બાબતે મશ્કરીનો ભોગ બનતો. તેનું જીવન દુઃખથી ભરેલું હતું. તે પોતે સજાતીય હતો એટલે તેના પર હુમલા થતા.

મેં એને શીખવવાની શરૂઆત એ રીતે કરી કે એને જે નહોતી જોઈતી એ બાબત તરફ તે વધારે ધ્યાન આપતો હતો. તેણે મને જે ઇ-મેલ મોકલ્યો હતો તે મોકલાવીને કહ્યું, ‘‘આ ફરીથી વાંચી જા. તને જે વસ્તુઓ નથી ગમતી અને જેની વાત તું મને કરવા માગે છે તેના વિશે ધ્યાન આપ. હું જોઈ શકું છું કે આ બાબત વિશે તું અત્યંત સંવેદનશીલ છે. તું જ્યારે કોઈ સંવેદનશીલ બાબત તરફ વધારે સભાન હોય ત્યારે તેનું પુનરાવર્તન થવાની શક્યતા વધી જાય છે.’’

પછી તેણે દિલથી જે બાબત વધારે મહત્ત્વની હતી તેના તરફ ધ્યાન આપવાનું શરૂ કર્યું. પછી તેણે તેને અજમાવવાનું શરૂ કર્યું. પછીના સાત, આઠ અઠવાડિયાં

દરમિયાન જે કંઈ બન્યું તે ખરેખર જ ચમત્કાર હતો. ઑફિસમાં જે જે માણસો તેને હેરાન કરતા હતા તેઓ કાં તો ટ્રાન્સફર થઈને બીજા ડિપાર્ટમેન્ટમાં ગયા અથવા તો કંપની છોડીને જતા રહ્યા. બાકી બચેલાઓ તેનાથી છૂટા રહેવા લાગ્યા. તેને તેના વ્યવસાયમાં મજા આવવા લાગી. રસ્તા ઉપરથી નીકળતો ત્યારે કોઈ તેને હેરાન-પરેશાન નહોતું કરતું. તેઓ ત્યાં હતા જ નહીં. તે જ્યારે હાસ્ય કલાકારનો પાઠ ભજવતો ત્યારે તેને સ્ટેન્ડિંગ ઓવેશનથી આદર મળવા લાગ્યો. કોઈ તેની મશ્કરી નહોતું કરતું.

તેનું સમગ્ર જીવન બદલાઈ ગયું, કારણ કે તેણે તેના ધ્યાનનું કેન્દ્ર બદલ્યું હતું. જે તેને જોઈતું નહોતું, જેનાથી તે ડરતો હતો તેના પરથી ધ્યાન હટાવીને તેને જે જોઈતું હતું એના પ્રત્યે ધ્યાન કેન્દ્રિત કર્યું.

રૉબર્ટનું જીવન બદલાયું કેમ કે તેના વિચારો બદલાયા. તેણે ફ્રીક્વન્સી બદલીને બ્રહ્માંડમાં જુદાં આંદોલનો સર્જ્યાં. આ નવી ફ્રીક્વન્સી અનુસાર દૃશ્યો બદલાવવાનું બ્રહ્માંડ માટે જરૂરી છે. પરિસ્થિતિ ગમે એટલી અશક્ય લાગતી હોય તો પણ. રોબર્ટના નવા વિચારોને કારણે નવાં આંદોલનો સર્જાયાં અને તેની જિંદગી બદલાઈ ગઈ.

તમારી જિંદગી તમારા હાથમાં છે. તમે હાલમાં જ્યાં પણ હો અને તમારા જીવનમાં જે કંઈ બની ગયું હોય તો પણ સભાનપણે તમે વિચારોની પસંદગી કરો અને જુઓ, તમારું જીવન બદલાય છે કે નહીં. આશા મરી પરવારી હોય એવી કોઈ સ્થિતિ નથી. તમારા જીવનની દરેક પરિસ્થિતિ બદલાઈ શકે છે.

તમારા મગજની શક્તિ

માઈકલ બર્નાર્ડ બેકવિથ

જાગ્રત મનમાં તમારા ચિત્તનો કબજો જમાવીને બેઠા હોય એવા શક્તિશાળી વિચારો – જે જાણ્યે-અજાણ્યે ચાલતા હોય – તેને જ તમે આકર્ષો છો. આ એક મૂળ વાત છે.

ભૂતકાળમાં તમે સભાન હતા કે નહીં એ વાત મહત્ત્વની નથી, પણ તમે હવે તે વિશે સજાગ બન્યા છો. આ ક્ષણે રહસ્યના જ્ઞાનને કારણે તમે ગાઢ નિદ્રામાંથી જાગ્યા છો અને જાગ્રત બન્યા છો. જ્ઞાન વિશે, નિયમ વિશે અને વિચારો દ્વારા મળેલી શક્તિ વિશે જાગ્રત થયા છો.

ડૉ. જૉન ડેમાર્ટિની

રહસ્ય વિશે તમે ધ્યાનપૂર્વક વિચારો અને મગજની શક્તિનો તથા રોજબરોજના જીવનમાં ધ્યેયની શક્તિનો તમે વિચાર કરો તો ખ્યાલ આવશે કે એ આપણી આસપાસમાં જ છે. આપણે તો ફક્ત આંખ ખોલીને જોવાની જરૂર છે.

લીસા નિકોલ્સ

આકર્ષણના નિયમને તમે બધે જ જોઈ શકો છો. તમે દરેક વસ્તુને તમારા તરફ ખેંચી શકો છો. માણસો, વ્યવસાય, સંજોગો, સ્વાસ્થ્ય, સંપત્તિ, ઋણ, આનંદ, તમે ચલાવી રહ્યા છો તે કાર, જેનો તમે ભાગ છો તે સમાજ. લોહચુંબકની માફક આ તમામને તમે તમારા તરફ ખેંચી શકો છો. તમે જે તમારા વિશે વિચારો છો તે તમે પામો છો. તમારું જીવન એ તમારા વિચારોનું પરિણામ છે.

આ **બ્રહ્માંડ** સમાવવામાં માને છે, બહાર રાખવામાં નહીં. આકર્ષણના નિયમની બહાર કોઈ બાબત નથી. અસરકારક રીતે તમારા ચિત્તમાં જે વિચારો ચાલતા રહે છે તેનું તમારા જીવનમાં પ્રતિબિંબ પડે છે. આ ગ્રહ પર દરેક સજીવ વસ્તુ આકર્ષણના નિયમને આધીન છે. મનુષ્યો વિશે અલગ તરી આવતી બાબત એ છે કે વિચારી શકે એવું મગજ તેમની પાસે છે. વિચારોને પસંદ કરવા માટે તેમની પાસે મુક્ત ઇચ્છાશક્તિ છે. પ્રયોજનપૂર્વક વિચારવાની તાકાત તથા મનની ઇચ્છા પ્રમાણે સમગ્ર જીવનને ઘડવાની શક્તિ તેમની પાસે છે.

ડૉ. ફ્રેડ એલન વૉલ્ફ

ક્વૉન્ટમ ભૌતિકશાસ્ત્રી, અધ્યાપક અને પારિતોષિક વિજેતા લેખક

આશાવાદી ચિંતન કે કાલ્પનિક પાગલપનને વશ થઈને હું આ કહેતો નથી, ઊંડી પાયાની સમજને આધારે હું તમને આ કહું છું.

ક્વૉન્ટમ ફિઝિક્સ આ શોધ તરફ આપણું ધ્યાન દોરે છે. એ કહે છે કે મગજને લાવ્યા વિના આ બ્રહ્માંડનું અસ્તિત્વ સંભવિત નથી. આપણે જે વિશે વિચારીએ છીએ તે વસ્તુ ખરેખર તો મગજદ્વારા આકાર પામે છે.

બ્રહ્માંડના સૌથી વધુ શક્તિશાળી ટ્રાન્સમિશન ટાવરના ઉદાહરણને તમે યાદ કરો તો ડૉ. વૉલ્ફના શબ્દોમાં તેની ઝલક દેખાશે. તમારું મગજ વિચારતું રહે છે અને દૃશ્યો દ્વારા તે તમારા જીવનના અનુભવોનું પુનઃપ્રસારણ કરે છે. તમારા વિચારો દ્વારા તમે તમારી જિંદગી બનાવો છો એટલું જ નહીં, તમારા વિચારો આ વિશ્વ બનાવવામાં અગત્યનો ભાગ ભજવે છે. તમે એવું વિચારતા હો કે તમે સાવ નકામા છો અને આ જગતમાં નમાલા છો, તો તમે એ વિશે ફરીથી વિચારો. હકીકતમાં તમારું મગજ તમારી આસપાસનું વિશ્વ બનાવે છે.

ક્વૉન્ટમ ફિઝિક્સના છેલ્લાં એંશી વર્ષનાં સંશોધન તથા નક્કર કામગીરીને લીધે માણસના મગજની સર્જન કરવાની અપાર શક્તિ વિશે આપણે બરાબર જાણવા લાગ્યા છીએ. તેમનું તારણ વિશ્વના મહાન ચિંતકો કાર્નેગી, ઇમર્સન, શેક્સપિયર, બૅકન, કૃષ્ણ અને બુદ્ધના શબ્દો સાથે મેળ ખાય છે.

બૉબ પ્રૉક્ટર

તમને આ નિયમ સમજાતો ન હોય તો એનો અર્થ એમ નહીં કે તમારે એને નકારવો જોઈએ. વીજશક્તિની સમજ તમે નહીં ધરાવતા હો તો પણ તેનાથી થતા ફાયદાઓનો આનંદ તમે લો છો. એ કેવી રીતે કામ કરે છે તેની મને ખબર નથી, પણ હું આટલું જાણું છું : તમે વીજળીની મદદથી માણસ માટે રસોઈ બનાવી શકો છો એટલું જ નહીં, તમે માણસને પણ રાંધી શકો છો.

માઇકલ બર્નાર્ડ બેકવિથ

ઘણીયે વાર લોકોને જ્યારે મહાન **રહસ્ય** *સમજાય જાય ત્યારે તેઓ તેમનામાં ચાલતા નકારાત્મક વિચારોથી ગભરાઈ જાય છે. તે લોકોએ એ જાણવાની જરૂર છે કે વૈજ્ઞાનિક રીતે સિદ્ધ થયેલી બાબત છે કે નકારાત્મક વિચારની સરખામણીએ હકારાત્મક વિચાર સો ગણો વધારે શક્તિશાળી છે, આટલું જાણ્યાં પછી લોકોને ચિંતા કરવા જેવું કંઈ રહેતું નથી.*

તમારા જીવનમાં કશુંક નકારાત્મક બને તે માટે ઘણા નકારાત્મક વિચારો તથા પૂરેપૂરો નકારાત્મક અભિગમ જવાબદાર છે. અલબત્ત ઘણા વખત સુધી તમે સતત નકારાત્મક વિચારો કરતા રહો તો પછી તમારા જીવનમાં તે પ્રકારની ઘટનાઓ બને છે. તમારામાં રહેલા નકારાત્મક વિચારોની તમે ચિંતા કર્યા કરશો તો એ પ્રકારના વધુ

વિચારો તમારા તરફ વધારે ખેંચશો જે અંતે ગુણાકાર પામતા જશે. માટે આ પળે જ નક્કી કરો કે તમે સારા વિચારો કરશો, તદ્દુપરાંત બ્રહ્માંડમાં એવો સંદેશો પણ મોકલો કે તમારા સારા વિચારો શક્તિશાળી છે, જ્યારે નકારાત્મક વિચારો નબળા છે.

લીસા નિકોલ્સ

ભગવાનનો પાડ માનો કે તેના રાજમાં દેર છે. (અંધેર નથી) તેથી જ તમારા વિચારોનું તાત્કાલિક પરિણામ આવતું નથી. જો તેમ હોત તો આપણે સહુ મુશ્કેલીમાં મુકાઈ જાત. વખતમાં થયેલો વિલંબ તમને ઉગારી લે છે. એ તમને ફરીથી વિચારવાની તક આપે છે, તમારે શું જોઈએ છે તે વિશે વિચારવાની તથા નવી પસંદગી કરવાની તક આપે છે.

તમારી શક્તિને સર્જનાત્મક રીતે વાળીને તમારું જીવનઘડતર કરવાની તક તમારા હાથમાં છે, કારણ આ પળે તમારી વિચારવાની પ્રક્રિયા ચાલુ છે. તમને એમ લાગતું હોય કે કેટલાક વિચારો અમલમાં મૂકવાથી તમને કોઈ ફાયદો નહીં થાય તો તમે નવેસરથી વિચારી શકો છો. શુભ અને સારા વિચારોથી તમે અગાઉના વિચારોને ભૂંસી શકો છો. સમયનો તમને સાથ છે, તેથી નવી વિચારસરણી દ્વારા તમે નવી ફ્રીક્વન્સીનું પ્રસારણ કરવાનું વિચારી શકો.

ડૉ. જો વિટાલ

તમે તમારા વિચારો અંગે સજાગ બનો અને કાળજીપૂર્વક વિચારોની પસંદગી કરશો તો તમને તેમાં મજા આવશે, કારણ તમે જ તમારા જીવનના ઘડવૈયા છો. તમે તમારા જીવનના માઇકલ ઍન્જેલો છો. તમે જેની મૂર્તિ બનાવી રહ્યાં છો તે ડેવિડ તમે છો.

તમારા મન ઉપર કાબૂ મેળવવાનો એક રસ્તો એ છે કે મનને શાંત રાખતાં શીખો. એક પણ અપવાદ સિવાય આ પુસ્તકના સહયોગી શિક્ષકે દરેક દૈનિક સાધનામાં ધ્યાનને મહત્ત્વ આપ્યું છે. રહસ્યની શોધ મેં કરી ત્યાં સુધી ધ્યાનની શક્તિનો મને પણ ખ્યાલ નહોતો. ધ્યાનથી મન શાંત બને છે, વિચારો પર કાબૂ મેળવવામાં તે મદદરૂપ બને છે અને તમારા શરીરને તે સ્ફૂર્તિલું બનાવે છે. સારી વાત એ છે કે ધ્યાન માટે તમારે કલાકો ફાળવવાની જરૂર નથી. દરરોજ ત્રણથી દસ મિનિટ શરૂઆત કરવા માટે પૂરતી છે. એનાથી તમને વિચારો પર કાબૂ મેળવવાની શક્તિ મળશે.

વિચારો વિશે સભાનતા કેળવવા માટે તમે ધ્યેય નક્કી કરી શકો છો, ''હું મારા વિચારોનો માલિક છું.'' એમ વારંવાર તમારી જાતને કહો, એના ઉપર ધ્યાન ધરો અને ધ્યેયને વળગી રહેશો તો આકર્ષણના નિયમ અનુસાર એ પ્રમાણે જ બનશે.

હવે તમને એ જ્ઞાન મળ્યું છે જે તમને તમારી નવી સુધારેલી આવૃત્તિ બહાર પાડવામાં મદદરૂપ થશે. તમારી એ આવૃત્તિની શક્યતા 'નવી સુધારેલી આવૃત્તિ' રૂપે પ્રસારિત થશે. તમે શું બનવા માગો છો, શું કરવા માગો છો તે વિશે પાકો વિચાર કરીને નક્કી કરેલી ફ્રીક્વન્સી પર સેટ કરો. આનાથી તમારું સપનું સાકાર થશે.

રહસ્યસાર

- જીવનનું મહાન રહસ્ય એટલે આકર્ષણનો નિયમ.

- આકર્ષણનો નિયમ કહે છે સમાન બાબતો એકમેકને આકર્ષે છે, તેથી તમે જે કોઈ પણ વિચાર કરો તો તમે એ પ્રકારના અન્ય વિચારોને તમારા તરફ આકર્ષો છો.

- વિચારો ચુંબકીય શક્તિ ધરાવે છે. વિચારોની ચોક્કસ ફ્રીક્વન્સી હોય છે. તમારા મનમાં જે વિચારો ચાલતા હોય છે તે બ્રહ્માંડમાં ફેલાય છે અને તે અસરકારક બનીને એ જ ફ્રીક્વન્સી પર અન્ય બાબતોને આકર્ષે છે.

- તમે મનુષ્યરૂપી ટ્રાન્સમિશન ટાવર છો. તમારા વિચારો દ્વારા ફ્રીક્વન્સી પ્રસારિત કરો છો. જો તમે તમારા જીવનમાં કોઈ પણ પ્રકારનું પરિવર્તન ઇચ્છતા હો તો તમારા વિચારોમાં ફેરફાર કરીને નવી ફ્રીક્વન્સી પર મૂકી શકો છો.

- હાલમાં તમે જે કંઈ વિચારો છો તેનાથી તમારું ભવિષ્ય બને છે. તમે જેના વિશે સૌથી વધુ વિચારો છો અથવા જેના પર સૌથી વધુ ધ્યાન કેન્દ્રિત કરો છો તેવું તમારા જીવનમાં બનશે.

- તમારા વિચારો વસ્તુ બની જશે.

રહસ્યની સરળ સમજ

માઇકલ બર્નાર્ડ બેકવિથ

આપણે જે બ્રહ્માંડમાં વસીએ છીએ તેના અમુક અફર નિયમો છે, જેમ કે ગુરુત્વાકર્ષણનો નિયમ. તમે સારા માણસ હો કે ખરાબ, જો તમે મકાન ઉપરથી નીચે પડો તો જરૂર તમે જમીન પર પછડાવાના.

આકર્ષણનો નિયમ એ કુદરતનો નિયમ છે. ગુરુત્વાકર્ષણના નિયમ જેવો જ તટસ્થ અને વ્યાપક છે. એ ચોકસાઈભર્યો અને અફર છે.

ડૉ. જો વિટાલ

તમારી જિંદગીમાં આસપાસમાં અત્યારે જે કંઈ છે, તમને જેના વિશે ફરિયાદ છે એવી ચીજો પણ આમાં સમાઈ જાય છે, તેને તમે નોતરી છે. હવે મને ખબર છે કે તમને આવી કોઈ વાત સાંભળવી ગમશે નહીં. તમે તરત કહેવાના, ''મેં કંઈ એ અકસ્માત નોતર્યો નહોતો. નાકે દમ લાવી દીધો હોય એવા ગ્રાહકની મેં ઇચ્છા રાખી નહોતી. મને કંઈ દેવું કરવાનો શોખ નહોતો.'' પણ અહીં હું તમને મોઢામોઢ કહેવા માગું છું કે હા, તમે જ એ બધાને નોતર્યા છે. સ્વીકારવાનું અઘરું થઈ પડે એવી આ વાત છે, પણ એક વાર તમે સ્વીકારી લો પછી જરૂર તમારી જિંદગી બદલાઈ જશે.

ઘણી વાર લોકો જ્યારે રહસ્યના આ અંશ વિશે સાંભળે છે ત્યારે તેઓ ઇતિહાસના એવા બનાવને યાદ કરે છે, જેમાં સંખ્યાબંધ લોકો મૃત્યુ પામ્યા હોય. એ લોકોના ગળે વાત ઊતરતી નથી કે આટલા બધા લોકોએ આવી ઘટનાને આકર્ષી હોય. આકર્ષણના નિયમ પ્રમાણે તેઓ ઘટનાની એક જ ફ્રીક્વન્સી પર હોવા જોઈએ. એનો અર્થ એવો નથી જ કે એ લોકોને આ ચોક્કસ બનાવની ખબર હતી, પણ તેમના વિચારોની ફ્રીક્વન્સી અને એ બનાવની ફ્રીક્વન્સી બંને મળતાં આવે છે. લોકો જો એમ માનતા હોય કે તેઓ ખોટા ટાઇમે, ખોટી જગ્યાએ અને બહારના સંજોગો ઉપર તેમનો કાબૂ નથી તો ભય, વિરહ, વિયોગ, લાચારી વગેરેના સતત ચાલતા વિચારો એ તેમને ખોટે ટાઇમે ખોટી જગ્યાએ લઈ જાય છે.

આ સમયે તમારી પાસે પસંદગી છે. તમે એવું માનો છો કે કોઈ પણ સમયે બુંદિયાળ નસીબને લીધે તમારા જીવનમાં ખરાબ વસ્તુઓ બને છે ? તમે એવું માનો છો કે ખોટા ટાઇમે તમે કોઈ ખોટી જગ્યાએ હોઈ શકો ? સંજોગો ઉપર તમારો કોઈ કાબૂ નથી એવું તમને લાગે છે ?

અથવા તમે એવું માનવા અને જાણવા તૈયાર છો કે તમારા જીવનના અનુભવો તમારા હાથમાં છે અને બધું સારું જ બનવાનું છે, કારણ તમે એ પ્રમાણે વિચારો છો ? પસંદગી તમારા હાથમાં છે અને તમે જે પણ કંઈ પસંદ કરો તે તમારા જીવનનો અનુભવ બનશે !

સતત વિચારો દ્વારા તમે જેને બોલાવી ન હોય એવી એક પણ બાબત તમારા અનુભવમાં નથી હોતી.

બૉબ ડૉયલ

આપણામાંથી મોટા ભાગના લોકો અજાણપણે જ વસ્તુઓને આકર્ષે છે. આપણે એવું માનીએ છીએ કે તેના ઉપર આપણો કાબૂ નથી. આપણા વિચારોનો તથા લાગણીઓનો પ્રવાહ આપણી જાણ બહાર આપણને રસ્તો બતાવે છે. આમ આ રીતે દરેક ચીજ આપણી તરફ ખેંચાય છે.

કોઈ હાથે કરીને ક્યારેય વણગમતી ચીજને આકર્ષતું નથી. **રહસ્યનું જ્ઞાન જાણ્યા પછી** સહેલાઈથી તમને સમજાશે કે અન્યોના જીવનમાં અણગમતી ઘટનાઓ કેમ બની હશે ? આપણે આપણા વિચારોની મહાન સર્જનાત્મક શક્તિ વિશે જાણતા નહોતા એટલા માટે આવું બને છે.

ડૉ. જો વિટાલ

આ તમે જો પહેલી વાર જ સાંભળતા હો તો તમને થશે, ''મારે મારા *વિચારો પર કાબૂ મેળવવાનો છે ? એ તો ખરેખર મુશ્કેલ કામ છે.''* *પહેલી નજરે તો આમ લાગશે, પણ પછી જ ખરેખરી મજા છે.*

મજા એ વાતની છે કે **રહસ્યના** કેટલાક શૉર્ટકટ પણ છે. તમને જે વધારે કામનો લાગે તે શૉર્ટકટ તમારે પસંદ કરવાનો છે. આગળ વાંચો એટલે તમને તેની રીત સમજાશે.

માર્સી શિમૉફ

લેખક, આંતરરાષ્ટ્રીય વક્તા અને ટ્રાન્સફૉર્મેશનલ લીડર

આપણા દરેક વિચારને કાબૂમાં રાખવાનું અશક્ય છે. *સંશોધકો કહે છે, દરરોજ આપણને સાઠ હજાર વિચારો આવે* *છે. જરાક વિચારો આ સાઠ હજાર વિચારોને કાબૂમાં રાખવા* જાઓ તો તમે કેટલાં થાકી જાઓ ? સદ્ભાગ્યે એને માટે સરળ રસ્તો છે અને તે છે આપણી લાગણીઓ. આપણી લાગણીઓ આપણે શું વિચારી રહ્યા છે તે બતાવે છે.

લાગણીઓનું ઘણું મહત્ત્વ છે. તમારી લાગણી તમારી જિંદગી બનાવવામાં તમને મદદ કરી શકે છે. તમારા વિચારો એ દરેક ઘટનાનું મૂળ કારણ છે. અને જે પણ તમે જુઓ છો અને અનુભવો છો એ તેની અસર છે. તેમાં તમારી લાગણીઓનો પણ સમાવેશ થાય છે. ખરેખર તો મૂળ કારણ તમારા વિચારો છે.

બૉબ ડૉયલ

લાગણીઓ આપણને મળેલી અમૂલ્ય ભેટ છે. આપણે શું વિચારીએ છીએ તે લાગણીઓ કહી દે છે.

તમારી લાગણીઓ તમે શું વિચારી રહ્યા છો તે તરત કહી દેશે. એ વિચારી જુઓ, તમે એકદમ લાગણીશીલ બની ગયા હો, ખાસ કરીને કોઈ ખરાબ સમાચાર સાંભળવા મળ્યા હોય ત્યારે. તમારી એ લાગણીની અસર તમારા પેટમાં કે અન્યત્ર તરત જોવા મળે. તેથી તારણરૂપે એમ કહી શકાય કે તમારી લાગણીઓ તમારી વિચારપ્રક્રિયાનો ફટાફટ સંકેત આપે છે.

તમારે તમારી લાગણીઓ વિશે સજાગ રહેવું જોઈએ. લાગણીએ આપેલા સંકેતોને સમજવાનો પ્રયત્નો કરવા જોઈએ. આવી રીતે તમે શું વિચારો છો તે ઝડપથી જાણી શકશો.

લીસા નિકોલ્સ

તમારી પાસે બે પ્રકારની લાગણીઓ છે, સારી અને ખરાબ. અને એ બે વચ્ચેનો ભેદ તમે પારખી શકો છો. એકથી તમને સારું લાગે છે, બીજાથી તમને દુઃખ થાય છે. હતાશા, આક્રોશ, વિરોધ, ગુનેગાર હોવાની લાગણી. આ બધી લાગણીઓ તમને નબળા પાડે છે. આ ખરાબ લાગણીઓ છે.

તમને કોઈ કહેવાનું નથી, તમને સારું લાગે છે કે ખરાબ. તમે પોતે જ જાણી શકો છો, અમુક ચોક્કસ ક્ષણે તમને કેવું લાગે છે તે. એ વિશે તમે સ્પષ્ટ ન હો તો તમારી જાતને પૂછો, 'મને કેવું લાગે છે ?' પળ વાર થોભીને, દિવસ દરમિયાન વારંવાર પૂછતા રહો. આમ કરશો તો તમે તમારી લાગણીઓ વિશે સજાગ બનતા જશો.

એક ખૂબ મહત્ત્વની વાત તમારે જાણવાની જરૂર છે. ખરાબ લાગણી અનુભવતી વખતે મનમાં સારા વિચાર આવે એ શક્ય નથી. એમાં તો નિયમનો ભંગ થાય, કારણ તમારા વિચારો તમારી લાગણીનું કારણ છે. તમને ખરાબ લાગણી થાય છે, કારણ તમે એવા એવા વિચાર કરો છો જેનાથી તમને ખરાબ લાગે છે.

તમારા વિચારો તમારી ફ્રીક્વન્સી નક્કી કરે છે અને તમારી લાગણીઓ તમને તરત જણાવે છે, તમે કઈ ફ્રીક્વન્સી પર છો. જ્યારે તમે ખરાબ લાગણી અનુભવો છો ત્યારે તમે એ ફ્રીક્વન્સી પર છો. જ્યારે તમે વધુ ખરાબ વસ્તુઓને આકર્ષો છો ત્યારે આકર્ષણનો નિયમ તમને ખરાબ વસ્તુઓનાં વધારે દશ્યો મોકલીને તમને વધુ ખરાબ લાગણીઓનો અનુભવ કરાવે છે.

જ્યારે તમને ખરાબ અનુભવ થાય છે અને છતાં તમે તમારા વિચારોમાં પરિવર્તન લાવીને સારું અનુભવવાનો પ્રયત્ન નથી કરતા, ત્યારે ખરેખર તો તમે એમ કહો છો, "મારા જીવનમાં હજુ વધારે દુ:ખદ પરિસ્થિતિ લાવો."

 ## લીસા નિકોલ્સ

એની બીજી બાજુ એ કે તમારી પાસે સારી લાગણીઓ અને વિચારો છે. તમને એની ખબર છે કે એ આવે છે ત્યારે તમને સારું લાગે છે. રોમાંચ, આનંદ, આભાર, પ્રેમ. કલ્પના કરો કે દરરોજ આપણને આ પ્રકારનું અનુભવાય. જ્યારે તમે સારી લાગણીઓનો મહિમા કરો છો ત્યારે તમે વધુ સારી લાગણીઓને તમારા તરફ આકર્ષશો. આનાથી તમને સારું લાગશે.

બૉબ ડૉયલ

*આ ખરેખર સરળ બાબત છે, ''અત્યારે હું કઈ બાબતને આકર્ષું છું ?''
હવે કહો તમને કેવું લાગે છે ? ''મને સારું લાગે છે.'' બસ, તો પછી આવું
જ અનુભવતા રહો.*

તમને સારું લાગતું હોય અને એ જ વખતે તમારા મનમાં નકારાત્મક વિચારો આવતા
હોય એ અશક્ય છે. તમને સારું લાગે છે, કારણ તમારા મનમાં સારા વિચારો આવે છે.
એટલો ખ્યાલ રાખો કે તમારે જે કંઈ મેળવવું હોય તે મળી શકે, એની કોઈ સીમા નથી,
પણ એની એક શરત છે. તમારે સારું અનુભવવું પડશે. જરા વિચારો, ખરેખર તો તમે
આવું જ ઇચ્છો છો ને ? સાચે જ આ તો આદર્શ નિયમ છે.

માર્સી શિમૉફ

*તમારામાં સારા ભાવ જાગતા હોય ત્યારે તમે તમારી ઇચ્છા પ્રમાણેના
ભવિષ્યનું નિર્માણ કરી રહ્યા છો. જો તમને ખરાબ લાગતું હોય તો
તમે તમારી ઇચ્છાની વિરુદ્ધના ભવિષ્યનું નિર્માણ કરો છો. તમે
દિવસની શરૂઆત કરો તે સાથે જ દરેક ક્ષણે આકર્ષણનો નિયમ કામ
કરવા લાગે છે. આપણે જે વિચારીએ છીએ અને અનુભવીએ છીએ
તેનાથી આપણા ભવિષ્યનું નિર્માણ થાય છે. તમે ચિંતામાં અને ભયમાં
રહો ત્યારે દિવસ દરમિયાન તમે એવી જ બાબતોને તમારા જીવનમાં
ખેંચી લાવો છો.*

તમને સારું લાગતું હોય ત્યારે તમે સારું વિચારો છો. આમ તમે સાચે માર્ગે છો અને
શક્તિશાળી ફ્રીક્વન્સી મારફતે સારા વિચારો પ્રસારિત કરો છો. તેના લીધે તમારા
જીવનમાં સારી ઘટનાઓ બનશે અને તમને સારું લાગશે. જે ક્ષણોમાં સારું લાગતું હોય
તેને ઝડપી લો. એનો પૂરેપૂરો કસ કાઢો. એક વસ્તુનો ખ્યાલ રાખો કે તમને જ્યારે સારું
લાગતું હોય ત્યારે વધુ સારી વસ્તુઓને તમે આકર્ષો છો.

એક ડગલું આગળ વધીએ. તમારી લાગણીઓના માધ્યમથી બ્રહ્માંડ તમને એવો સંદેશો આપતું હોય કે તમે શું વિચારો છો કદાચ એવું પણ બનતું હોય.

જેક કેનફિલ્ડ

આપણી લાગણીઓ આપણને એ જાણવામાં મદદરૂપ બને છે કે, આપણે સાચે રસ્તે છીએ કે ખોટે, આપણી દિશા સાચી છે કે ખોટી ?

ખ્યાલ રાખો કે તમારા વિચારો એ દરેક વસ્તુનું મૂળ છે. તેથી તમારા મનમાં કોઈ વિચારો લાંબો વખત ચાલે તો તે તરત જ બ્રહ્માંડમાં વહેતા થાય છે. આ વિચારો ચુંબકીય રીતે યોગ્ય ફ્રીક્વન્સી પર પ્રસારિત થાય છે અને ગણતરીની ક્ષણોમાં એ ફ્રીક્વન્સીનું પરિણામ તમને તમારી લાગણીઓ દ્વારા મળે છે. બીજી રીતે કહીએ તો તમારી લાગણીઓ એ બ્રહ્માંડમાંથી મળેલો સંદેશો છે જે કહે છે કે તમે કઇ ફ્રીક્વન્સી પર છો. ટૂંકમાં, તમારી લાગણીઓમાં તમારી ફ્રીક્વન્સીનું પ્રતિબિંબ જોવાં મળે છે.

જ્યારે તમે સારું અનુભવતા હોવ છો ત્યારે બ્રહ્માંડમાંથી મળતો સંદેશો જાણે કે કહેતો હોય, ''તમે સારા વિચારોમાં ખોવાયેલા છો.'' પણ જો તમને ખરાબ લાગણીઓનો અનુભવ થતો હોય તો બ્રહ્માંડમાંથી મળેલો સંદેશો કહેશે, ''તમારા મનમાં ખોટા વિચારો ચાલે છે.''

તેથી તમને ખરાબ લાગણીઓ અનુભવાય તો માનવાનું કે બ્રહ્માંડ તરફથી તમને કહેવામાં આવે છે, ''ચેતવણી. વિચારો બદલો. નકારાત્મક ફ્રીક્વન્સી નોંધાઈ છે. ફ્રીક્વન્સી બદલો. પ્રગટ થવાની ગણતરી શરૂ. ચેતવણી.''

હવે પછી જ્યારે તમારામાં ખોટી લાગણીઓ જાગે અથવા નકારાત્મક ભાવ જાગે તો બ્રહ્માંડ તરફથી મળતા સંકેતને સમજો. એ ક્ષણોમાં તમે સારી વસ્તુઓને આવતી રોકો છો, કારણ તમે નકારાત્મક ફ્રીક્વન્સી પર હો છો. તમારા વિચારોમાં પરિવર્તન લાવો,

કોઈ સારી બાબતનો વિચાર કરો અને જ્યારે તમને સારી લાગણી અનુભવવા મળે તો જાણવાનું કે તમે તમારી જાતને નવી ફ્રીક્વન્સી પર સેટ કરી છે, જેની બ્રહ્માંડ તરફથી નોંધ લેવાઈ છે.

બૉબ ડૉયલ

તમને જેવું અનુભવો છો તે પ્રમાણે તમને મળે છે, તમે શું વિચારો છો તે પ્રમાણે નહીં.

તેથી લોકો એવું માનવા પ્રેરાય છે કે અમુક ઘટના બને છે પછી ઘટનાક્રમ ચાલુ થઈ જાય છે. સવારે પથારીમાંથી ઊઠતી વખતે પગના અંગૂઠાને ઈજા પહોંચે તો એવું માનવાનું મન થાય કે આખો દિવસ એવો જ જશે. તેમને એ વાતનો ખ્યાલ નથી હોતો કે વસ્તુ તરફનો થોડો અમસ્તો અભિગમ બદલવાથી દિવસ તો શું, જીવન પણ બદલી શકાય છે.

તમારા દિવસની શુભ શરૂઆત થાય અને તમે પ્રસન્નતાની લાગણી અનુભવતા હો તો, જ્યાં સુધી તમે તમારો મૂડ બદલવા તૈયાર ન હો ત્યાં સુધી, આકર્ષણના નિયમ અનુસાર તમે એવા સંજોગો તથા લોકોને આકર્ષશો જે તમારામાં સુખની લાગણી જન્માવે.

આપણે બધા એવા અનુભવમાંથી પસાર થયા છીએ કે જેમાં એવા દિવસો કે સમય આવે જ્યારે એક પછી એક ખરાબ ઘટનાઓ જ બનતી રહે છે. એક વિચારથી એની પ્રતિક્રિયા ચાલુ થઈ જાય, તમને ખ્યાલ હોય કે ન હોય. એક ખરાબ વિચાર અન્ય ખરાબ વિચારોને આકર્ષે છે, તે અમુક ફ્રીક્વન્સી પર સેટ થવાને લીધે કંઈક ને કંઈક ખરાબ બને છે અને આ એક ખરાબ ઘટનાના તમે જે પ્રતિભાવો આપો છો, તેથી એવી અન્ય બાબતોને તમે આકર્ષો છો. પ્રતિભાવોથી વધારે એવી ઘટનાને તમે આકર્ષો છો અને ત્યાં સુધી ખરાબ ઘટનાની હારમાળા શરૂ થઈ જાય છે, જ્યાં સુધી તમે ઇરાદાપૂર્વક તમારા વિચારોમાં પરિવર્તન લાવીને તમારી જાતને તમે નવી ફ્રીક્વન્સી પર સેટ ન કરો.

તમારે તમારા વિચારોને તમને જે જોઈતું હોય એના તરફ વાળી શકો છો. તેને લીધે તમારી લાગણીઓ બદલાઈને નવી ફ્રીક્વન્સી પર સેટ થશે. આકર્ષણનો નિયમ કામે લાગી જશે અને નવી ફ્રીક્વન્સી પરથી તમારી જિંદગીનાં નવાં દશ્યો મોકલવાનું શરૂ કરશે.

હવે તમે આ લાગણીઓનો લાભ લઈને તેનો યોગ્ય ઉપયોગ તમને જે જોઈએ છે તે માટે કરશો.

તમારી લાગણીઓનો હેતુસર રીતે ઉપયોગ કરીને તમે તેને તમારી જરૂરિયાતો સાથે જોડીને વધારે શક્તિશાળી ફ્રીક્વન્સી પર મોકલી કરી શકો છો. આમ તમે તમારી લાગણીઓનો લાભ લઈ શકો છો.

માઇકલ બર્નાર્ડ બૅકવિથ

આ ક્ષણથી જ તમે તંદુરસ્ત હોવાનો અનુભવ કરી શકો છો. સમૃદ્ધ છો એવું અનુભવી શકો છો. તમે ચારેય બાજું પ્રેમ અનુભવી શકો છો. પરિણામે એવું બનશે કે બ્રહ્માંડ તમારી અનુભૂતિ અનુસાર બની જશે. તમારી આંતરિક લાગણીને અનુરૂપ - તમે જેવો ભાવ અનુભવો છો, એ મુજબ જ બ્રહ્માંડ તમારી સામે પ્રગટ થશે.

બોલો, હાલમાં શું અનુભવી રહ્યા છો ? થોડીક ક્ષણો રોકાઈને તમે જે અનુભવો છો તેનો વિચાર કરો. તમને જેટલું સારું લાગવું જોઈએ તેટલું ન જ લાગતું હોય તો તમારી આંતરિક લાગણીઓ પ્રત્યે ધ્યાન કેન્દ્રિત કરો અને હેતુપૂર્વક તેને ઊંચકો. તમારી લાગણીઓ પ્રત્યે આ રીતે ધ્યાન કેન્દ્રિત કરીને તેને તમે ઊંચકવાનો પ્રયત્ન કરશો તો તેને નવી ઊંચાઈ આપી શકશો. તેનો એક રસ્તો છે કે તમારી આંખો બંધ કરીને (આડાઅવળા વિચારોથી મુક્ત થવા), અંદરની લાગણીઓમાં ધ્યાન કેન્દ્રિત કરવું અને પછી એક મિનિટ માટે સ્મિત કરવું.

લીસા નિકોલ્સ

તમારા વિચારો અને તમારી લાગણીઓ તમારા જીવનને ઘડે છે. ખાતરીપૂર્વક કહી શકાય કે હંમેશાં આ પ્રમાણે જ બને છે – અને બનતું રહેશે.

ગુરુત્વાકર્ષણના નિયમની જેમ આકર્ષણના નિયમમાં ક્યાંય ચૂક થતી હોતી નથી. એવું ક્યારેય બને ખરું કે તમે પ્રાણીઓને ઊડતાં જુઓ, કારણ કે તે દિવસે ગુરુત્વાકર્ષણના નિયમમાં ચૂક થઈ હોય ? તે જ રીતે આકર્ષણના નિયમથી પર કોઈ નથી. તમારા જીવનમાં તમને જે કંઈ મળ્યું છે તેને તમે જ સતત વિચારો દ્વારા આકર્ષ્યું હતું.

માઇકલ બર્નાર્ડ બૅકવિથ

એ સ્વીકારવાનું સહેલું નથી, પણ જ્યારે આપણે આ વિચારને વધાવી લઈએ છીએ ત્યારે તેની અસર જબરદસ્ત હોય છે. એનો અર્થ એ થયો કે અગાઉના ખરાબ વિચારોથી થયેલા નુકસાનને સભાનપણે ફેરફારો લાવીને તે નુકસાન ભરપાઈ કરી શકાય છે.

કંઈ પણ બદલી શકવા તમે સક્ષમ છો, કારણ કે તમારા વિચારો તથા લાગણીની પસંદગી કરવાનું તમારા હાથમાં છે.

"જેમ જેમ ચાલ્યે રાખો છો, તેમ તેમ તમારું પોતીકું વિશ્વ તમે સર્જતા રહો છો."

વિન્સ્ટન ચર્ચિલ

ડૉ. જો વિટાલ

તમને સારું લાગે એ ખરેખર જ મહત્ત્વનું છે, કારણ આ સારું લાગવાનો સંકેત બ્રહ્માંડમાં પહોંચે છે અને એ પ્રકારની વધુ લાગણીઓને તમારા તરફ આકર્ષે છે. તેથી જેટલું વધારે સારું અનુભવશો તેટલી વધારે ચીજોને આકર્ષશો. એનાથી તમને સારું લાગશે. અને એ સતત તમને ઊંચે ને ઊંચે લઈ જશે.

બૉબ પ્રૉક્ટર

તમને નિરાશા અનુભવાય તો એને તમે એક ક્ષણમાં બદલી શકો છો, એની તમને ખબર છે ખરી ? સરસ મજાનું સંગીત સાંભળો અથવા તમે પોતે ગાવાનું શરૂ કરો. તે તમારા લાગણીતંત્રને બદલી નાખશે અથવા કોઈ સુંદર વસ્તુનો વિચાર કરો. તમે જેને ખરેખર પ્રેમ કરો છો એવા કોઈ બાળક અથવા વ્યક્તિનો વિચાર કરો અને તેનામાં ખોવાઈ જાઓ. બીજું બધું ભૂલીને એનો જ વિચાર કરો. હું ખાતરી આપું છું કે તમને બહુ સારું લાગશે.

તમારા મનોભાવમાં પરિવર્તન લાવી શકે એવી બાબતોની એક યાદી બનાવો, એને હાથવગી રાખો. પળવારમાં મનોભાવ બદલી શકે એવી વસ્તુઓ જેમ કે સુખદ સ્મૃતિઓ, ભાવિ ઘટનાઓની કલ્પના, રમૂજી ક્ષણો, કુદરત, પ્રિયજન, તમને ગમતું સંગીત. તેમ છતાં પણ તમને ગુસ્સો આવે, નિરાશ થઈ જાઓ કે અણગમતી લાગણી અનુભવાય તો પેલી પરિવર્તન લાવનારી સૂચિને યાદ કરો. તેમાંની એકાદ બાબત તરફ ધ્યાન કેન્દ્રિત કરો. જુદી જુદી વસ્તુઓ જુદે જુદે સમયે ઉપયોગી થાય, તેથી કોઈ એક ચીજ કામ ન આવે તો બીજી પર હાથ અજમાવો. એક કે બે જ મિનિટમાં તમારા ધ્યાનનું કેન્દ્ર બદલીને તમે તમારી ફ્રીક્વન્સી બદલાવી શકશો.

પ્રેમ : મહાન લાગણી

જેમ્સ રે

તત્ત્વચિંતક, વક્તા, લેખક તથા પ્રોસ્પેરિટી એન્ડ હ્યુમન પોટેન્શિયલ પ્રોગ્રામના નિર્માતા

સારું લાગવાનો સિદ્ધાંત કુટુંબનાં પાલતુ પ્રાણીઓ પર લાગુ પડે છે. પ્રાણીઓ અદ્ભુત હોય છે, કારણ કે તેમના લીધે તમે ખૂબ સારી ભાવનાત્મક સ્થિતિમાં રહો છો. તમને તમારા પાળેલા પ્રાણી માટે પ્રેમ જાગે ત્યારે પ્રેમની એ મહાનતમ અવસ્થા તમારા જીવનમાં સારી ભાવના જગાડશે. એનાથી અદ્ભુત ભેટ બીજી કઈ હોઈ શકે ?

"વિચાર અને પ્રેમના મિશ્રણથી આકર્ષણનો નિયમ વધારે શક્તિશાળી બને છે."

ચાર્લ્સ હાનેલ

પ્રેમની શક્તિ જેવી અન્ય કોઈ શક્તિ બ્રહ્માંડમાં નથી. ઊંચામાં ઊંચી ફ્રીક્વન્સી એટલે પ્રેમની સંવેદના. તેને તમે મોકલી શકો છો. જો તમે તમારા દરેક વિચારને પ્રેમમાં ડૂબાડી દો, તમે દરેક વસ્તુ તથા વ્યક્તિને પ્રેમ કરી શકો તો તમારું જીવન સાવ બદલાઈ જશે.

ખરેખર તો ભૂતકાળના મહાન ચિંતકોએ આકર્ષણના નિયમને પ્રેમના નિયમ તરીકે ઓળખાવ્યો છે. થોડું વિચારશો તો તમને સમજાશે કે તેમણે આવું શા માટે કહ્યું હતું. જો તમે કોઈના વિશે ખરાબ વિચારશો તો એ ખરાબ વિચાર તમારા જીવનમાં ખરાબ ઘટના તરીકે જોવા મળશે.

તમે તમારા વિચારોથી અન્યને નુકસાન પહોંચાડવાને બદલે તમારી જાતને જ નુકસાન પહોંચાડો છો. પ્રેમના વિચારોથી લાભ કોને થાય છે ? તમને જ. તેથી તમારી મુખ્ય સ્થિતિ પ્રેમની હોય તો આકર્ષણનો નિયમ એટલે કે પ્રેમનો નિયમ પ્રચંડ શક્તિથી તેનો પ્રતિભાવ આપશે, કારણ કે તમે સૌથી ઊંચી ફ્રીક્વન્સી પર હો છો. જેટલો વધારે પ્રેમ અનુભવશો અને એને મોકલશો તેટલી જ વધારે શક્તિ તમે મેળવશો.

> ''જે સિદ્ધાંત વિચારને તેની વસ્તુ સાથે જોડીને દરેક માનવીય મુશ્કેલી પર જીત મેળવવાની જબરદસ્ત તાકાત આપે છે તે આકર્ષણનો નિયમ છે. આ શાશ્વત્ અને પાયાનો સિદ્ધાંત ફિલસૂફીની દરેક શાખામાં, દરેક ધર્મમાં અને દરેક વિજ્ઞાનમાં સમાયેલો છે. પ્રેમના નિયમથી બચી શકાતું નથી. આ એક એવી લાગણી છે જે વિચારને બળ આપે છે. લાગણી એ ઇચ્છા છે અને ઇચ્છા એ પ્રેમ છે. વિચારને પ્રેમથી તરબોળ કરી દો તો તેમાંથી અમોઘ શક્તિ પેદા થાય છે.''
>
> ચાર્લ્સ હાનેલ

માર્સી શિમોફ

એક વાર તમે તમારા વિચારો તથા લાગણીઓને સમજવા લાગો અને તેના ઉપર કાબૂ મેળવો તો તમારી વાસ્તવિક જિંદગી તમે કેવી રીતે બનાવી શકો છો તેનો તમને ખ્યાલ આવશે. એ જ તો તમારી મુક્તિ છે, એ જ તો તમારી શક્તિ છે.

માર્સી શિમોફે મહાન વિજ્ઞાની આલ્બર્ટ આઇન્સ્ટાઇનનું અદ્‌ભુત અવતરણ ટાંક્યું છે : ''માણસજાતે પોતાને પૂછવા જેવો મહત્ત્વનો પ્રશ્ન છે, 'આ **બ્રહ્માંડ** મૈત્રીપૂર્ણ છે ખરું ?'''

આકર્ષણનો નિયમ જાણ્યા પછી આ પ્રશ્નનો એક જ જવાબ હોઈ શકે, ''હા, આ **બ્રહ્માંડ** મૈત્રીપૂર્ણ છે.'' શા માટે ? તમે આવો જવાબ આપો છો ત્યારે, આકર્ષણના નિયમ દ્વારા તમે આવું અનુભવ્યું જ હશે. આલ્બર્ટ આઇન્સ્ટાઇને આવો મજબૂત સવાલ એટલા માટે પૂછ્યો, કારણ કે તેઓ **રહસ્ય** જાણતા હતા. તેઓ જાણતા હતા કે આ સવાલને લીધે આપણે વિચારવા અને વિકલ્પની પસંદગી કરવા માટે લાચાર બની જઈશું. તેમણે ફક્ત એક સવાલ પૂછીને આપણને મહાન તક આપી હતી.

આઇન્સ્ટાઇનના આશયથી આગળ વધીને તમે દઢપણે જાહેર કરી શકો છો, ''આ બ્રહ્માંડ ભવ્ય છે. તે મને સારી જ વસ્તુ આપી રહ્યું છે. બ્રહ્માંડ દરેક બાબતમાં મારા ભલા માટે કામ કરી રહ્યું છે. જે કંઈ હું કરું છું તે દરેક બાબતમાં મને બ્રહ્માંડની મદદ મળી રહી છે. બ્રહ્માંડ વિના વિલંબે મારી જરૂરિયાત અનુસાર જે કંઈ મને જોઈએ છે તે આપે છે.'' જાણી લો કે આ બ્રહ્માંડ મૈત્રીપૂર્ણ છે.

જેક કેનફિલ્ડ

*જ્યારથી **રહસ્ય**નું જ્ઞાન મને મળ્યું છે અને મારા જીવનમાં ઉતાર્યું છે. ત્યારથી મારું જીવન અદ્ભુત બની ગયું છે. દરેક જણ જેનું સપનું જોતો હોય છે, એવું જીવન દરરોજ હું જીવું છું. પિસ્તાળીસ લાખ ડૉલરના મહેલમાં હું રહું છું, મરી ફીટવાનું મન થાય એવી પત્ની મને મળી છે. દુનિયાનાં અદ્ભુત સ્થળોમાં મેં રજાઓ માણી છે. ડુંગરાઓ ચડ્યો છું. અજાણ્યા પ્રદેશોમાં ફર્યો છું. સફારીમાં ફર્યો છું. આ બધું બન્યું છે અને હજી પણ બની રહ્યું છે કારણ કે હું **રહસ્ય**ના જ્ઞાન અને તેના ઉપયોગની રીત જાણતો હતો.*

બૉબ પ્રૉક્ટર

રહસ્યનો પ્રયોગ શરૂ કરશો એટલે જિંદગી ઉદાહરણ રૂપ બની શકે છે. બનવી જોઈએ અને બનશે જ.

આ જીવન તમારું છે. તમે તેને નવેસરથી જાણો એવો તેનો પડકાર છે. અત્યાર સુધી તમે એવું વિચારતા આવ્યા છો કે જીવન ઘણું કઠિન અને સંઘર્ષમય છે, તેથી આકર્ષણના નિયમ અનુસાર તમને એ કઠિન અને સંઘર્ષમય લાગે એ સ્વાભાવિક છે. અત્યારે આ ક્ષણે જ બૂમ પાડીને બ્રહ્માંડને કહો, ''જીવન કેટલું સરળ છે. જીવન કેટલું સુંદર છે. મને સારા અનુભવો જ થતા રહ્યા છે.''

તમારી અંદર ઊંડે ઊંડે કોઈક સત્ય છુપાયેલું છે તેની શોધ તમે કરો એ જરૂરી છે. એ સત્ય શું છે ? ''જિંદગી તમને જે કંઈ આપી શકે તે બધી જ સારી વસ્તુઓના તમે હકદાર છો.'' આ તમે સારી રીતે સમજી શકશો, કારણ કે સારી વસ્તુઓના અભાવનો તમને અનુભવ છે. સારી વસ્તુઓ ઉપર તમારો જન્મસિદ્ધ અધિકાર છે. તમે તમારા સર્જનહાર છો. આકર્ષણનો નિયમ એ તમારું મસમોટું સાધન છે તેનાથી તમે ધાર્યું મેળવી શકો છો. જાદુઈ જીવનમાં તમારું સ્વાગત છે. તમારામાં જે ભવ્ય છે તેનો જય હો.

રહસ્યસાર

- આકર્ષણનો નિયમ એ કુદરતનો નિયમ છે. ગુરુત્વાકર્ષણના નિયમ મુજબ તે તટસ્થ છે.

- જ્યાં સુધી તમે સતત વિચાર દ્વારા કોઈ વસ્તુને સામેથી બોલાવશો નહીં ત્યાં સુધી તે તમારી જિંદગીમાં આવી શકતી નથી.

- તમે શું વિચારી રહ્યા છો એ જાણવા માટે તમારી જાતને પૂછો તમને કેવું લાગે છે. લાગણીઓ એ મૂલ્યવાન સાધન છે. તે આપણને આપણે શું વિચારી રહ્યા છીએ તે તરત જણાવી દે છે.

- ખરાબ લાગણી અનુભવાતી હોય ત્યારે સારા વિચારો આવે એ અશક્ય છે.

- તમારા વિચારો તમારી ફ્રીક્વન્સી નક્કી કરે છે અને તમારી લાગણીઓ તમને તરત કહી દે છે કે તમે કઈ ફ્રીક્વન્સી પર છો. તમારામાં ખરાબ ભાવ જાગતો હોય ત્યારે તમે વધુ ખરાબ વસ્તુઓ આકર્ષવાની ફ્રીક્વન્સી પર છો. તમારામાં સારો ભાવ જાગતો હોય ત્યારે તમે તમારા તરફ સારી વસ્તુઓને આકર્ષો છો.

- સુખદ સ્મૃતિઓ, પ્રકૃતિ, તમારું પ્રિય સંગીત જેવી મનોભાવ બદલનારી બાબતો તમારી લાગણીઓને બદલી શકે છે, તેને યોગ્ય ફ્રીક્વન્સી પર મૂકી શકે છે.

- પ્રેમનો ભાવ એ સૌથી ઊંચી ફ્રીક્વન્સી છે, તે તમે બ્રહ્માંડમાં મોકલી શકો છો. જેટલો વધુ પ્રેમનો ભાવ તમે અનુભવો અને બ્રહ્માંડમાં મોકલો તેટલી વધારે શક્તિ તમે મેળવો છો.

રહસ્યનો ઉપયોગ કેવી રીતે કરવો

તમે સર્જક છો અને આકર્ષણના નિયમનો ઉપયોગ કરીને જીવન બનાવવાની પ્રક્રિયા સરળ છે. મહાન પુરુષો અને અવતારોએ તેમનાં અદ્ભુત કાર્યો દ્વારા અવનવી સર્જનની રીતો બતાવી છે. આ બ્રહ્માંડ કેવી રીતે કામ કરે છે તે જણાવવા માટે કેટલાક મહાન શિક્ષકોએ વાર્તાઓ ઘડી છે. તેમની વાર્તાઓમાં છુપાયેલું ડહાપણ સદીઓથી વારસામાં મળતું રહ્યું છે અને દંતકથા સમાન બની ગયું છે. આજના ઘણા લોકોને એ વાતનો ખ્યાલ નથી કે આ વાર્તાઓનો જે સાર છે, એ જ તો છે જીવનનું સત્ય.

જેમ્સ રે

અલાઉદ્દીન અને તેના જાદુઈ ચિરાગની વાર્તાનો જો તમને ખ્યાલ હોય તો, અલાઉદ્દીન દીવો ઉપાડે છે, એની ધૂળ ઝાટકે છે ત્યારે તરત જીન બહાર આવે છે. જીન એક જ વાત કહે છે :

'તમારી ઇચ્છા એ મારો હુકમ છે.'

વાર્તામાં તો ત્રણ ઇચ્છાઓની જ વાત આવે છે, પણ જો તમે વાર્તાના મૂળ સુધી પહોંચો તો ખ્યાલ આવશે કે ઇચ્છાઓની કોઈ મર્યાદા નથી. તમે જેટલી પણ ઇચ્છાઓ કરશો એ બધી જ પૂરી થશે.

એમાંની એક ઇચ્છાનો વિચાર કરો.

હવે આ રૂપકને તમારા જીવનમાં લાગુ પાડો. એ વાતનો ખ્યાલ રાખશો કે અલાઉદ્દીનને જે જોઈએ છે તે એ માગે છે. તમારી પાસે તો આખું બ્રહ્માંડ છે, જે જીન બનીને ઊભું છે. પરંપરામાં તેને અનેક નામ આપવામાં આવ્યાં છે. તમારો માર્ગદર્શક દેવ, તમારું શ્રેષ્ઠ સ્વરૂપ. કોઈ પણ નામે તે ઓળખાવી શકાય. તમને જે વધારે કામનું લાગે તે નામ તમે આપી શકો. દરેક પરંપરામાં જણાવાયું છે તેમ, આપણાથી મહાન કોઈક તત્ત્વ છે, જે જીનની માફક આપણને કહે છે :

'તમારી ઇચ્છા એ મારો હુકમ છે.'

આ અદ્ભુત વાર્તા દર્શાવે છે કે તમારું સમગ્ર જીવન અને એમાંની તમામ બાબતો એ તમે જ ઘડી છે. જીન તો તમારા હુકમને તાબે થતો આવ્યો છે. જીન એ આકર્ષણનો નિયમ છે. એ હાજરાહજૂર છે અને તમે મન, વચન, કર્મથી જે કંઈ કહો છો એ તે સાંભળે છે. જીન એવું ધારી લે છે કે તમે જે કંઈ વિચારો છો એ તમને જોઈએ છે ! તમે જે કંઈ ઉચ્ચારો છો એ તમને જોઈએ છે. તમે જે કંઈ કરો છો, એ તમને જોઈએ છે. તમે આ બ્રહ્માંડના માલિક છો અને જીન તમારી સેવામાં હાજર છે. જીન તમારા હુકમને ક્યારેય પડકારતો નથી. તમે જેવું વિચારવા લાગો છો કે તરત જીન બ્રહ્માંડને તમારી ઇચ્છા પૂરી કરવા લોકો, સંજોગો અને ઘટનાઓ દ્વારા આદેશ આપે છે.

સર્જનાત્મક પ્રક્રિયા

રહસ્યની સર્જનાત્મક પ્રક્રિયા બાઇબલના **ન્યૂ ટેસ્ટામેન્ટ**માંથી લેવામાં આવી છે. આનાથી તમને સરળ માર્ગદર્શન મળે છે. તે તમને ઇચ્છેલી વસ્તુઓ કઈ રીતે મેળવવી તેની વાત ત્રણ પગથિયામાં સમજાવે છે.

પગથિયું ૧ : માગો

લીસા નિકોલ્સ

માગવું એ પહેલું પગથિયું છે. બ્રહ્માંડને હુકમ કરો. તમને શું જોઈએ છે તે બ્રહ્માંડને જણાવો. બ્રહ્માંડ તમારા વિચારોનો પ્રતિસાદ આપ્યા વિના નહીં રહે.

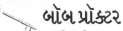

બૉબ પ્રૉક્ટર

તમને ખરેખર શું જોઈએ છે તેની પહેલા એક યાદી બનાવો. આ યાદી વર્તમાનકાળમાં જ લખશો. તમે આ રીતે શરૂઆત કરી શકો, ‘‘આજે હું બહુ ખુશ છું અને આભારી છું કેમ કે...’’ અને પછી એ સ્પષ્ટ કરો કે દરેક બાબતમાં તમે કેવા પ્રકારનું જીવન ઇચ્છો છો.

તમારે જોઈતી વસ્તુ તમે પસંદ કરો, પણ તમને શું જોઈએ છે તેના વિશે તમે સ્પષ્ટ હોવા જોઈએ. આ કામ તમારું છે. તમે જો સ્પષ્ટ ન હો તો આકર્ષણનો નિયમ તમને જે જોઈએ છે તે લાવી આપી શકે નહીં. તમે ભેળસેળવાળી ફ્રીક્વન્સી મોકલાવશો તો તમને ભેળસેળવાળું જ પરિણામ મળશે. કદાચ તમે તમારી જિંદગીમાં પહેલી વાર નક્કી કરી રહ્યાં હશો કે ખરેખર તમારે શું જોઈએ છે. હવે તમે જાણી લીધું છે કે જે તમને જોઈએ છે, જે તમે બનવા માગો છો કે કંઈ કરવા માગો છો – તે બધું શક્ય છે. એની કોઈ સીમા નથી. તો કહો કે તમને શું જોઈએ છે ?

માગવું એ સર્જનાત્મક પ્રક્રિયાનું પહેલું પગથિયું છે, તેથી માગવાની ટેવ પાડો. જો તમારે વિકલ્પોની પસંદગી કરવાની હોય અને કયા માર્ગે જવું તે નક્કી ન કરી શકતા હો તો માર્ગદર્શન માગો. તમારે કોઈ બાબતમાં નિષ્ફળતાથી ડરવાની જરૂર નથી. બસ, માગો.

ડૉ. જો વિટાલ

આ ખરેખર મજાની વાત છે. આ બ્રહ્માંડ એ તમારું કેટલૉગ છે. તમે પાનાં ફેરવો છો અને કહો છો, "હું આ ઘટના પસંદ કરીશ. હું પેલી ચીજ પસંદ કરીશ. હું આવી વ્યક્તિ બનવાનું પસંદ કરીશ." તમે બ્રહ્માંડને હુકમ આપો છો. એ સાવ સહેલું છે.

તમારે ફરી ફરી માગવાની જરૂર નથી. ફક્ત એક જ વાર માગો. કેટલૉગમાંથી ઑર્ડર આપવા જેવી જ આ વાત છે. કોઈ પણ વસ્તુ તમારે એક જ વાર માગવાની રહે છે. તમે ઑર્ડર આપો અને પછી એ ઑર્ડર વિશે શંકા ન કરો. વારંવાર ઑર્ડર આપવાની જરૂર નથી. એક જ વાર ઑર્ડર આપો એ પૂરતું છે. સર્જનાત્મક પ્રક્રિયાનું પણ એવું જ છે. પહેલું પગથિયું એ તમારે શું જોઈએ છે તે બાબતમાં સ્પષ્ટ થવા માટેનું છે. તમે મનમાં સ્પષ્ટ કલ્પના કરો એનો મતલબ તમે માગી લીધું છે.

પગથિયું ૨ : ભરોસો રાખો

લીસા નિકોલ્સ

ભરોસો રાખવો એ બીજું પગથિયું છે. હું જેને અચળ શ્રદ્ધા કહું છું તે રાખો. અદૃશ્યમાં વિશ્વાસ રાખો. તમે એવું માનો કે માગેલી ચીજ તમને મળી ગઈ છે.

તમારે ભરોસો રાખવો પડશે કે તમને જોઈતી વસ્તુ તમે માગી એટલે મળી ગઈ છે. તમને પૂરેપૂરી અને અટલ શ્રદ્ધા હોવી જોઈએ. તમે કેટલૉગમાંથી ઑર્ડર આપીને નિરાંતે બેસો છો. તમને ખબર છે કે, જેનો ઑર્ડર આપ્યો છે એ વસ્તુ મળવાની જ છે. જીવનમાં પણ એમ જ બને છે.

> ‘‘તમારી મનગમતી વસ્તુઓ તમને અત્યારે મળી જ ગઈ છે એવું અનુભવો. જરૂરિયાતના સમયે એ તમને મળશે જ. રાહ જોતાં શીખો. તેના વિશે ઉત્પાત કે ચિંતા ન કરો. તમારી પાસે તે નથી એવો વિચાર કરશો નહીં. તે વસ્તુ તમારી જ છે, તમારો તેના પર હક છે, જાણે કે તમારા હાથમાં તે આવી ગઈ છે.’’
>
> રૉબર્ટ કૉલિયર (૧૮૮૫-૧૯૫૦)

જે ક્ષણે તમે માગો છો, અદશ્ય શક્તિ પર ભરોસો રોખો છો અને તમારી મનગમતી વસ્તુ પહેલેથી જ તમારી પાસે છે એવું તમે અનુભવો છો, ત્યારથી જ સમગ્ર બ્રહ્માંડ સક્રિય બનીને તમારી કલ્પનાને સાકાર કરવા મચી પડશે. તમારા કાર્ય, ઉદ્‌ગાર અને વિચારમાં એ પ્રગટ થવું જોઈએ કે તમને તે વસ્તુ મળી ગઈ છે. શા માટે ? કારણ કે બ્રહ્માંડ એ અરીસો છે અને આકર્ષણનો નિયમ એ તમારા અસરકારક વિચારોને સાકાર કરીને તમારા સુધી પહોંચાડે છે. એ તમને મળી ગઈ છે એમ માનવામાં ડહાપણ છે. તમારા વિચારોમાં એવું વર્તાતું હોય કે તમારી પાસે તે વસ્તુ હજી સુધી નથી આવી તો તમે તેના અભાવની સ્થિતિને આકર્ષો છો. તમારે એમ જ માનવાનું છે કે તમારી પાસે તે આવી ગઈ છે. તમને તે મળી ગઈ છે. તમને તે વસ્તુ મળી ગઈ છે એવી લાગણીની ફ્રીક્વન્સી તમારે બ્રહ્માંડમાં મોકલવી પડશે. તમે જ્યારે એમ કરશો ત્યારે આકર્ષણનો નિયમ તમારા જીવનમાં સંજોગો, લોકો, ઘટનાઓને પ્રેરશે. તેથી તમને તમારી મનગમતી ચીજ મળશે.

તમે રજાઓમાં ફરવા જાઓ છો, નવી ગાડીનો ઑર્ડર આપો છો કે મકાન ખરીદો છો ત્યારે તમને ખબર છે કે એ વસ્તુઓ તમારી જ છે. પછી તમે બીજી કોઈ કંપનીમાં ફરવા જવા માટેનું બુકિંગ કરવા દોડી જતા નથી કે પછી બીજી ગાડી કે મકાન ખરીદતા નથી. તમને લૉટરીનું ઇનામ લાગ્યું હોય કે પછી વારસામાં મોટી મિલકત મળી હોય તો

ખરેખર રકમ હાથમાં આવ્યા પહેલાં એવું જ એમ માની લો છો કે તે તમને મળી ગઈ છે. આને જ ભરોસો રાખ્યો કહેવાય. એવું માનવું કે તમારી પાસે વસ્તુ છે, તમને ખરેખર તે મળી ગઈ છે એ લાગણીનું ખરેખર મહત્ત્વ છે. એવું માનીને, એવી લાગણીને જગાડીને તમે વસ્તુઓ પરનો તમારો અધિકાર જમાવો. તમે તેમ કરશો તો આકર્ષણનો નિયમ સંજોગો, લોકો અને ઘટનાને એ દિશામાં પ્રેરશે, જેથી તમને મનગમતી ચીજ મળી જાય.

તમે માનવા લાગો કે એ સ્થિતિ સુધી કેવી રીતે પહોંચવું ? જે વસ્તુ નથી એ વસ્તુનું હોવું એવી કલ્પના કરો. બાળકની જેમ તમે તેને સાચી માનીને વર્તો. એવું વર્તન કરો કે તમારી પાસે તે છે. તમારા અસરકારક વિચારોનો હંમેશાં પેલો જીન પડઘો પાડશે. તમે માગો ત્યાં સુધી એ રાહ નહીં જુએ, તેથી જ માગ્યા પછી પણ તેના પર ભરોસો રાખવાની જરૂર છે. શ્રદ્ધા રાખો. તમને તે વસ્તુ મળી ગઈ છે, તે માટેનો તમારો અડગ ભરોસો, તમારી અડગ શ્રદ્ધા તમારી પ્રચંડ શક્તિ બની જશે. તમે માનવા લાગો કે એ વસ્તુ તમને મળી રહી છે ત્યારે થતા ચમત્કાર માટે તૈયાર થઈ જાઓ !

> ‘‘જો તમે તમારા વિચારોને યોગ્ય રીતે કેળવી શકો તો તમને જે જોઈએ તે મળી શકે છે. કોઈ એવું સપનું નથી કે જે સાચું ન પડી શકે; જો તમને તમારી સર્જનાત્મક શક્તિનો ઉપયોગ કરતા આવડતું હોય તો. એક વ્યક્તિ માટે જે પદ્ધતિ કામ કરશે તે બધી જ વ્યક્તિ માટે કામ કરશે. તમારી પાસે જે કંઈ પણ છે તેનો સંપૂર્ણપણે ઉપયોગ થાય તેમાં જ તમારી શક્તિ સમાયેલી છે. અને એ રીતે તમે તમારી મેળવવાની શક્તિમાં વધારો કરી શકો છો, જેનાથી તમારામાં સર્જનશક્તિનો સ્રોત વહેતો થશે.’’
>
> રૉબર્ટ કૉલિયર

ડૉ. જો વિટાલ

તમારી મનગમતી ચીજ તમારા સુધી પહોંચાડવા માટે બ્રહ્માંડ
પોતાની વ્યવસ્થા બદલશે.

જેક કેનફિલ્ડ

આપણામાંના મોટા ભાગના લોકોએ, તેમને જે ખરેખર જોઈએ છે તે
મેળવવા માટે પોતાની જાતને છૂટ આપી નથી. કારણ એ છે કે માગેલી
ચીજ પોતાની જાતને કેવી રીતે મળશે તે આપણને સમજાતું નથી.

બૉબ પ્રૉક્ટર

જો તમે થોડી કોશિશ કરશો તો એક બાબત તમને સમજાશે કે કોઈએ
જે પણ કંઈ મેળવ્યું છે, તેમને ખબર નહોતી કે તેઓ એ કેવી રીતે
મેળવશે. પણ તેઓ એટલું જાણતા હતા કે તેઓ જરૂર એ મેળવશે.

ડૉ. જો વિટાલ

તમારે એ જાણવાની જરૂર નથી કે એ કેવી રીતે બનશે. તમારે એ
પણ જાણવાની જરૂર નથી કે બ્રહ્માંડ પોતાની વ્યવસ્થા કેવી રીતે
બદલશે.

એ કેવી રીતે બનશે, બ્રહ્માંડ તમને એ કેવી રીતે પહોંચાડશે એની સાથે તમારે નિસબત
નથી. બ્રહ્માંડને એનું કામ કરવા દો. એ કેવી રીતે બનશે એવી ગડમથલ તમે અનુભવો
એનો અર્થ એ કે તમે મોકલેલી ફ્રીક્વન્સીમાં શ્રદ્ધાનો અભાવ છે, તમે એવું માનતા નથી
કે તમને એ મળી ગયું છે. તમને એવું લાગે છે કે એ કામ તમારે જ કરવાનું છે. તમને એ
વાતનો ભરોસો નથી કે બ્રહ્માંડ તમારે માટે એ કામ આપોઆપ કરશે. સર્જનાત્મક
પ્રક્રિયામાં 'કેવી રીતે' એ જાણવાનું કામ તમારું નથી.

બૉબ પ્રૉક્ટર

કામ કેવી રીતે થશે, તે તમે જાણતા નથી. એ તો તમને પાછળથી ખબર પડશે. રસ્તો આપોઆપ તમારી તરફ આકર્ષાશે.

લીસા નિકોલ્સ

મોટે ભાગે આપણને જ્યારે માગેલી ઇચ્છિત વસ્તુઓ મળતી નથી ત્યારે આપણે દુ:ખી થઈ જઈએ છીએ. નિરાશા આપણને ઘેરી વળે છે. આપણે શંકા કરવા લાગીએ છીએ. જેથી હતાશાની લાગણી જન્મે છે. શંકાને હટાવી બીજો ભાવ જગાડો. અતૂટ શ્રદ્ધાનો સહારો લો, "મને ખાતરી છે કે એ ચીજ મારી તરફ આવી રહી છે."

પગથિયું 3 : મેળવો

લીસા નિકોલ્સ

સર્જનાત્મક પ્રક્રિયાનું ત્રીજું અને છેલ્લું પગથિયું છે મેળવવાનું. એને માટે સારું અનુભવો. અજાયબીનો ભાવ અનુભવવા લાગો. માગેલી ચીજ મળી ગયા પછી જેવું અનુભવતા હો તેવું જ અત્યારે અનુભવો.

માર્સી શિમૉફ

આ પ્રક્રિયામાં સારું લાગવું, ખુશ થવું એ મહત્ત્વનું છે, કારણ તમને જ્યારે સારું લાગે છે ત્યારે તમે તમારી જાતને એ ફ્રીક્વન્સી પર મૂકો છો કે જેના પર તમારી મનગમતી વસ્તુ છે.

માઈકલ બર્નાર્ડ બૅકવિથ

આ બ્રહ્માંડ લાગણીઓનું બનેલું છે. તમે બૌદ્ધિક રીતે અમુક વસ્તુ માનતા હો પણ તમારી અંદર એને અનુરૂપ લાગણી ન હોય તો તમને જીવનમાં જે કંઈ જોઈએ છે તેને માટે જરૂરી શક્તિ ન મેળવી શકો. તે માટે તમારે એ લાગણીમાંથી પસાર થવું પડે.

એક વાર માગી જુઓ. માની લો કે તમને એ મળી ગયું છે. હવે તમને એ મળે તે માટે સારું લગાડવાનું છે. તમે મળવાની ફ્રીક્વન્સી પર છો. બધી સારી વસ્તુઓ તમને મળે એ ફ્રીક્વન્સી પર છો અને તમે જે માગ્યું છે એ તમને મળવાનું જ છે. તમે એવી કોઈ વસ્તુ માગવાના નથી; જે મળવાથી તમને ખુશી ન થાય. એવું તમે કરશો ખરા ? તેથી સારું લાગે એ ફ્રીક્વન્સી પર તમારી જાતને મૂકો; તો તમને માગેલી વસ્તુ મળશે જ.

એ ફ્રીક્વન્સી સુધી પહોંચવા માટેનો ઝડપી રસ્તો તે આ છે. તમારી જાતને એમ કહેવાનું, 'મને મળવા લાગ્યું છે. હવે મને બધી સારી વસ્તુઓ મળવા લાગી છે. મળી રહી છે.' આ પ્રમાણે અનુભવો. તમને જાણે મળી જ ગઈ છે એવો અનુભવ કરો.

મારી પ્રિય મિત્ર માર્સી ખૂબ કલ્પનાશીલ છે. તે દરેક ચીજ અનુભવે છે. જે તેણે માગ્યું છે તે જો મળે તો કેવી લાગણી થાય, તેવું તે અનુભવે છે. તે દરેક ચીજને સાચે જ અનુભવી શકે છે. તે ચીજ તેને કેવી રીતે, ક્યારે, ક્યાં મળશે એની માયાજાળમાં તે અટવાતી નથી. એ તો ફક્ત તે ચીજ હોવાની લાગણી અનુભવે છે અને એ ચીજ એને મળી જાય છે.

તો અત્યારથી સારું અનુભવો.

બૉબ પ્રૉક્ટર

જ્યારે તમે કોઈ કલ્પનાને વાસ્તવિક્તામાં બદલી શકો છો, ત્યારે તમારામાં વધુ વિશાળ કલ્પના કરવાની શક્તિ જન્મે છે અને આ જ છે સર્જનાત્મક પ્રક્રિયા.

"પ્રાર્થનામાં જે કંઈ માગો તેમાં શ્રદ્ધા હશે તો તે તમને મળશે."

મેથ્યુ ૨૧:૨૨

"તમને જેની પણ ઇચ્છા થાય અને તમે પ્રાર્થના કરો અને માનો કે તમને તે મળી ગયું છે તો તે તમને જરૂર મળશે."

માર્ક ૧૧:૨૪

બૉબ ડૉયલ

આકર્ષણનો નિયમ, તેનો અભ્યાસ અને તેનો પ્રયોગ એ માત્ર એ અનુમાન લગાવવા માટે છે કે એ વસ્તુ હમણાં તમારી પાસે છે એવો ભાવ ઉત્પન્ન કરવા શું કરવું. તમારી મનગમતી કારની ટેસ્ટ ડ્રાઇવ લો. પેલા ઘરનો સોદો કરી નાખો. ઘરમાં પ્રવેશ મેળવો. જે કંઈ કરવું હોય તે કરો, જેથી એ વસ્તુ હમણાં તમારી પાસે છે એવો ભાવ ઉત્પન્ન થાય. એને યાદ રાખો. એ મેળવવા જે કંઈ કરવું પડે તે કરો જેથી ખરેખર જ તે વસ્તુ મેળવવામાં મદદ મળશે.

તમને એવું લાગે કે એ વસ્તુ હમણાં તમારી પાસે છે અને એ લાગણી એટલી સાચી હોય જેથી તમને તે પ્રમાણે લાગે, તમે માનવા લાગ્યા છો કે તમને તે મળી ગઈ છે અને જરૂર તમને તે મળશે.

બૉબ ડૉયલ

એવું બને કે તમે જાગીને જુઓ અને એ વસ્તુ ત્યાં છે. એ સાચે જ સાકાર થઈ છે અથવા તો તમને અચાનક કોઈ કામ કરવાની પ્રેરણા મળે. ત્યારે તમારે એમ ન કહેવું જોઈએ, "હું, આ ઘણી બધી રીતે

કરી તો શકું છું પણ મને તેમ કરવાનો કંટાળો આવે છે.'' તો તમે
આ પ્રશ્નના ઉકેલની સાચી દિશામાં નથી.

ક્યારેક તો કામ કરવાની જરૂર પડશે, જેવી રીતે બ્રહ્માંડ તમારા સુધી
આ પહોંચાડવાનો પ્રયત્ન કરે છે, તેવી જ રીતે તમે પણ એ મેળવીને
ખુશી અનુભવશો. તમારામાં ઉત્સાહ જાગશે. સમય અટકી પડશે. તમે
આખો દિવસ થાક્યા વગર એ કામ કર્યે રાખશો.

'કાર્ય'નો અર્થ કેટલાક લોકોને મન 'કામ' હોય છે, પણ પ્રેરણાત્મક કાર્ય એ કામ જેવું
લાગતું નથી. પ્રેરણાત્મક કાર્ય અને કામ વચ્ચેનો તફાવત આ રીતનો હોય છે :
પ્રેરણાત્મક કાર્ય એ તમે કંઈક મેળવવા માટે કામ કરો છો. તમે કામ કરવા ખાતર કામ
કરો તો પીછેહઠ કરવાનો વારો આવે. પ્રેરણાત્મક કાર્ય માટે ખાસ પ્રયત્ન નથી કરવા
પડતા. આનાથી અદ્ભુત અનુભવશો. કારણ તમે મેળવવાની ફ્રીક્વન્સી પર હો છો.

જિંદગી વહેતી ધસમસતી નદી છે એવી કલ્પના કરો. કંઈક નીપજશે એમ માનીને તમે
કામ કરો છો ત્યારે તમને સામે પ્રવાહે તરવા જેવું લાગશે. એ થોડું મુશ્કેલ અને
સંઘર્ષમય લાગશે, પણ જ્યારે તમે બ્રહ્માંડ તરફથી મળવાની આશા સાથે કામ કરો છો
ત્યારે તમને લાગશે કે તમે પ્રવાહની સાથે તરી રહ્યા છો. તેમાં કોઈ ખાસ પ્રયત્ન નહીં
કરવો પડે. પ્રેરણાત્મક કાર્યનો અનુભવ આવો હશે, બ્રહ્માંડ અને જિંદગીના વહેણ સાથે
વહેવાનો અનુભવ.

ક્યારેક તો તમને કાર્ય કરવા જેવું લાગશે પણ નહીં. અંતિમ લક્ષ્યની પ્રાપ્તિ સુધી, કારણ
કે તેમ કરવામાં તમને મજા આવે છે. પછી જ્યારે તમે પાછળ નજર નાંખશો અને
જાણશો કે બ્રહ્માંડ તમને પ્રાપ્તિ સુધી કેવી રીતે લઈ આવ્યું અને તમને જોઈતું કેવી રીતે
અપાવ્યું ત્યારે તમે આશ્ચર્ય અને આનંદ અનુભવશો.

ડૉ. જો વિટાલ

બ્રહ્માંડને ગતિ પસંદ છે. વિલંબ કરશો નહીં. બીજી શક્યતા વિશે ન વિચારશો. શંકા ન કરવી. જ્યારે તક ઊભી થઈ હોય, ઉત્સાહ જાગ્યો હોય અને અંદરથી વિશ્વાસ ઊભો થયો હોય ત્યારે તો તરત કામ શરૂ કરો. એ જ તો તમારું કામ છે અને એ જ તમારે કરવાનું છે.

તમારી અંદરની લાગણીઓ પર ભરોસો રાખો. બ્રહ્માંડ તમને પ્રેરી રહ્યું છે. મળવાની ફ્રીક્વન્સી પર બ્રહ્માંડ તમારી સાથે સંવાદ રચી રહ્યું છે. તમને સ્ફૂરણા થઈ હોય અને અંદરથી લાગણી થતી હોય તો તેને અનુસરો. ચુંબકની જેમ બ્રહ્માંડ તમને તમારી ઇચ્છેલી ચીજ તરફ લઈ જઈ રહ્યું છે એવું તમે અનુભવશો.

બૉબ પ્રૉક્ટર

તમને જેની પણ જરૂર હોય એ દરેક ચીજને તમે આકર્ષી શકશો. તમને ધન જોઈતું હોય તો ધનને આકર્ષી શકશો. મિત્રો જોઈતા હોય તો તેઓ તમારા તરફ ખેંચાઈ આવશે. તમને ખાસ પુસ્તકની જરૂર હોય તો તે તમને મળી જશે. તમને જે વસ્તુ તરફ આકર્ષણ જાગ્યું છે તેનામાં તમારું સંપૂર્ણ ધ્યાન હોવું જોઈએ. તમે વસ્તુઓ તરફ ખેંચાણ અનુભવશો તો વસ્તુઓ તમારા તરફ ખેંચાઈ આવશે, પણ એ તમારી સાથે અને તમારાથી જ સાકાર થશે. નિયમ અનુસાર જ આ થશે.

યાદ રાખો કે તમે ચુંબક છો, દરેક વસ્તુને તમારા તરફ ખેંચો છો. જે પળે તમે તમારા મનમાં સ્પષ્ટ થઈ જાઓ છો કે તમને શું જોઈએ છે તે પળે એ વસ્તુને તમારા તરફ ખેંચનારું ચુંબક તમે બની જાઓ છો. બદલામાં એ વસ્તુ પણ ચુંબકીય શક્તિ મેળવે છે. એક પછી એક, વધુ ને વધુ પ્રયોગ કરતા જશો તો આકર્ષણનો નિયમ તમને

વસ્તુઓ લાવી આપે છે એ વાતની ખાતરી થશે. તમારી ચુંબકીય શક્તિમાં વધારો થશે, કારણ તમારી શ્રદ્ધા, માન્યતા તથા જ્ઞાનની શક્તિ તેમાં ભળશે.

માઇકલ બર્નાર્ડ બૅકવિથ

તમે શૂન્યથી શરૂઆત કરી શકો છો. શૂન્યમાંથી અને દિશાહીન પરિસ્થિતિમાંથી આપોઆપ માર્ગ બનશે.

તમને ફક્ત મનગમતી ચીજ સાકાર કરવા માટે કલ્પના કરવાની આવડતની જરૂર છે. માનવજાતિના ઇતિહાસમાં જે કંઈ શોધખોળો થઈ છે તેની શરૂઆત એક વિચારથી થઈ છે. એ એક વિચારમાંથી રસ્તો નીકળતો ગયો અને પછી જે અદૃશ્ય હતું તે નજર સામે દેખાવા લાગ્યું.

જૅક કૅનફિલ્ડ

કલ્પના કરો કે રાત્રે તમે કાર ચલાવી રહ્યા છો. હેડલાઇટથી તો સો કે બસો ફૂટ દૂરનું જોઈ શકો છો. તેમ છતાં અંધારામાં તમે કાર ચલાવીને કેલિફોર્નિયાથી ન્યૂયૉર્ક જઈ શકો છો, કારણ તમારે તો સામેના બસો ફૂટ જ જોવાની જરૂર હોય છે. તમારી સમક્ષ જીવન એવી રીતે જ ઊઘડે છે. આપણે પ્રથમ બસો ફૂટમાં વિશ્વાસ રાખીએ તો પછીના બસો ફૂટ અને તે પછીના બસો ફૂટ એમ જીવન ઊઘડતું જશે અને પછી છેવટે તે તમને તમારા મુકામ પર એટલે કે તમે ઇચ્છેલી વસ્તુ સુધી લઈ જશે.

બ્રહ્માંડમાં વિશ્વાસ રાખો. વિશ્વાસ, ખાતરી અને શ્રદ્ધા રાખો. ખરેખર જ મને ખ્યાલ નહોતો કે **રહસ્ય**ના જ્ઞાનને હું ફિલ્મમાં કેવી રીતે રજૂ કરીશ. મારા મનમાં આછી પાતળી રૂપરેખા હતી, તેમ છતાં તેનું અંતિમ પરિણામ હું સ્પષ્ટપણે જોઈ શકતી હતી.

મેં ભવિષ્યનું પરિણામ જોયું. મેં મારા મનમાં સ્પષ્ટ પરિણામ જોયું. મેં તેને પૂરી તાકાતથી અનુભવ્યું. *'ધી સિક્રેટ'* બનાવવા માટે જે ચીજની જરૂર હતી તે અમારી પાસે આવી ગઈ.

> ''વિશ્વાસથી પહેલું પગથિયું માંડો. તમારે આખી સીડી જોવાની જરૂર નથી. ફક્ત પહેલું પગથિયું ચડો.''
>
> ડૉ. માર્ટિન લ્યુથર કિંગ, જુનિયર (૧૯૨૯-૧૯૬૮)

રહસ્ય અને તમારું શરીર

ચાલો, હવે આપણે સર્જનાત્મક પ્રક્રિયાનો ઉપયોગ એ લોકોને માટે કરીએ, જેમનું વજન વધારે છે અને જેઓ એ ઘટાડવા માગે છે.

પહેલી તો એ વાત જાણવી જરૂરી છે કે જો તમે 'વજન ઘટાડવા' ઉપર ધ્યાન કેન્દ્રિત કરશો તો વજન ઓછું નહીં થાય, તેથી વજન ઘટાડવાની વાત મગજમાંથી કાઢી નાખો, તેથી જ તો ડાયટિંગના પ્રયોગ સફળ થતા નથી, કારણ કે તમારું સમગ્ર ધ્યાન વજન ઘટાડવા ઉપર કેન્દ્રિત હોય છે, અને તેથી સતત તમે વજન ઘટાડવા તરફ આકર્ષાવ છો.

બીજી વાત એ છે કે તમારું વજન વધારે હોવાની સ્થિતિ તમારા એ પ્રકારના વિચારનું પરિણામ છે. પાયાની વાત કરીએ તો કોઈકનું વજન વધારે છે એ 'સ્થૂળતાના વિચારો'ને કારણે એવું લાગે છે. વ્યક્તિને એની ખબર હોય પણ ખરી અને ન પણ હોય. માણસ પાતળા હોવાનો વિચાર કરે અને જાડો હોય એવું ન બને. એનાથી તો આકર્ષણના નિયમનું ઉલ્લંઘન થાય છે.

લોકોને ભલે એમ જણાવવામાં આવ્યું હોય કે તેમને થાઇરોઇડ છે, પાચનક્રિયા ધીમી છે, તેમની સ્થૂળતા વારસાગત છે. આ તો 'સ્થૂળતાના વિચાર'ને છુપાવવાનાં બહાનાં છે. આમાંની કોઈ પણ એક શરત તમે સ્વીકારો અને તમારી જાતને લાગુ પાડો

અને પછી એ પ્રમાણે માનવા લાગો તો આ તમારો અનુભવ બની જશે કે વજન વધારવાની બાબતને તમે આકર્ષતા હતા.

મારી બે દીકરીઓના જન્મ બાદ મારું વજન વધી ગયું પણ મને ખબર છે તેનું કારણ. લોકોની વાતો સાંભળીને, સંદેશાઓ વાંચીને કે બાળકના જન્મ પછી વજન ઘટવાની શક્યતા ઓછી હોય છે અને તેમાં પણ બીજા બાળકના જન્મ પછી ખાસ. આ પ્રકારના સ્થૂળ વિચારોથી હું પણ એવું માનવા લાગી ગઈ. મને એનો અનુભવ થયો. હું ખરેખર જાડી થઈ ગઈ છું અને જેમ જેમ હું માનતી ગઈ કે હું કેવી રીતે જાડી થઈ ગઈ છું તેમ તેમ સ્થૂળતાને હું આકર્ષતી ગઈ. હું ઠીંગણી છું છતાં મારું વજન ૧૪૩ પાઉન્ડ જેટલું થયું, કારણ હું સ્થૂળતાના વિચારોમાં ડૂબેલી હતી.

લોકોનો એવો સામાન્ય ખ્યાલ છે, એમાં હું પણ આવી જાઉં કે ખોરાકથી વજન વધે છે. આ પ્રકારની માન્યતાથી કોઈ ફાયદો નથી. હવે મારા મનમાંથી એ વહેમ દૂર થયો છે. ખોરાકને કારણે વજન વધે છે, એવું નથી. તમારા એવા વિચારો કે ખોરાકથી વજન વધે છે, તેને લીધે ખરેખર વજન વધે છે. યાદ રાખો કે બધી બાબતોનું મૂળ વિચારો છે. તેની અસર બધે વર્તાય છે. આદર્શ વિચાર કરશો તો તેને પરિણામે વજન પણ આદર્શ થશે.

આપણો પ્રયત્ન વિચારોને કાબૂમાં રાખવાનો હોવો જોઈએ. ખોરાક એ તમારા વજનવધારાનું કારણ ન હોઈ શકે, સિવાય કે તમે એવું વિચારતા હો.

આદર્શ વજનની વ્યાખ્યા એ જ કે જે વજનથી તમને સારું લાગતું હોય. બીજાનો અભિપ્રાય મહત્ત્વનો નથી. જેનાથી તમને સારું લાગે તે આદર્શ વજનનું મહત્ત્વ છે.

કદાચ તમને કોઈ એવા માણસનો પરિચય હશે જે પાતળો હોય અને ઘોડાની જેમ ખાતો હોય. એ ગર્વભેર કહેશે, ''મારે જે ખાવું હોય એ હું ખાઉં છું, પણ મારું વજન હંમેશાં આદર્શ રહે છે.'' તેથી બ્રહ્માંડનો જીન કહે છે, ''તમારી ઇચ્છા એ મારો હુકમ.''

આદર્શ વજન અને આકર્ષક સુડોળ શરીર બનાવવા માટે સર્જનાત્મક પ્રક્રિયાનો ઉપયોગ નીચેનાં પગથિયાં પ્રમાણે કરો.

પગથિયું ૧ : માગો

તમારે કેટલું વજન જોઈએ છે એના વિશે સ્પષ્ટ થઈ જાઓ. એ ધારેલું આદર્શ વજન થઈ જાય પછી તમે કેવા લાગશો તેની છબી મનમાં રાખો. બને તો એ આદર્શ વજનની તમારી છબી ચિત્રોરૂપે બનાવો અને વારંવાર તેને જોયા કરો. એમ ન થાય તો કેવું શરીર તમને જોઈએ છે તેનાં ચિત્રો તૈયાર કરી વારંવાર તેને જોતાં રહો.

પગથિયું ૨ : ભરોસો રાખો

તમને વિશ્વાસ હોવો જોઈએ કે તમને જેટલું વજન જોઈએ છે તે તમને મળી જ ગયું છે. તમારે એવી કલ્પના કરવી જોઈએ, ઢોંગ કરવો જોઈએ, અભિનય કરવો જોઈએ, ખોટેખોટું એ રીતે વર્તવું જોઈએ કે તમારું આદર્શ વજન તમને મળી ગયું છે. તમારે તમારી જાતને એ રીતે જોવી જોઈએ કે આદર્શ વજન તમને મળી જ ગયું છે.

આદર્શ વજનનો આંકડો લખો અને એવી જગ્યાએ લગાડો જેથી આવતાંજતાં તે વાંચી શકાય. તમે તમારું વજન કરાવશો નહીં. તમારા વિચારો, શબ્દો, કાર્યો દ્વારા તમે જે માગ્યું છે તેને ટાળતા નહીં. તમારાં હાલના વજન પ્રમાણે કપડાં ખરીદશો નહીં. ભરોસો રાખો અને તમે જે કપડાં ભવિષ્યમાં ખરીદવાનાં છે તેના પર ધ્યાન કેન્દ્રિત કરો. આદર્શ વજન પ્રાપ્ત કરવું એ બ્રહ્માંડના કેટલૉગમાંથી ઑર્ડર આપવા જેવું છે. કેટલૉગમાં નજર નાંખો, આદર્શ વજન પસંદ કરો, ઑર્ડર આપો એટલે તમારું એટલું વજન થઈ જશે.

આદર્શ વજન ધરાવતા હોય એવા લોકો શોધી કાઢો. મનોમન તેમનાં વખાણ કરો. એવા માણસોને શોધીને તમે એમની સામે તેમની પ્રશંસા કરો તથા લાગણી અનુભવો – જાણે કે તમે પણ તેમાંના છો. કોઈ સ્થૂળકાય વ્યક્તિને જુઓ તો તેના તરફ ધ્યાન આપ્યા વિના તમારા મગજમાં આદર્શ વજન ધરાવતી વ્યક્તિની છબી ઉપસાવો અને તેને અનુભવો.

પગથિયું ૩ : મેળવો

તમારે સારું અનુભવવું. તમે તમારા વિશે સારું અનુભવો એનું મહત્ત્વ છે. કારણ કે જો તમે તમારા શરીર પ્રત્યે અણગમો અનુભવશો તો તમે આદર્શ વજન નહીં મેળવી શકો. તમારા શરીર માટે તમને ખરાબ ભાવ જાગે અને જો એ ભાવ પ્રબળ હોય તો પછી તમે એ પ્રકારની લાગણીઓને તમારા તરફ આકર્ષો છો. તમે તમારા શરીરની ટીકા કરો અને તેમાં દોષ કાઢશો તો તેમાં ફેરફાર કદી નહીં કરી શકો. ઉલ્ટાનું આનાથી તમે વધુ વજન પ્રત્યે આકર્ષાશો. તમારા શરીરના રોમેરોમની પ્રશંસા કરો. તમારામાં જે આદર્શ બાબતો છે તેનો વિચાર કરો. સંપૂર્ણતાના વિચારો કરો, તમે તમારા માટે સારા ભાવ જગાડતા હો તો પછી તમે આદર્શ વજનની ફ્રીક્વન્સી પર છો અને તમે આદર્શ વજનને આદેશ આપી રહ્યા છો.

વાલેસ વેટલ્સ તેમના એક પુસ્તકમાં ખોરાક અંગે એક અદ્ભુત વાત કરે છે. એ સૂચવે છે કે જ્યારે તમે જમવા બેઠા હો ત્યારે એ વાતનું ધ્યાન રાખો કે તમારે ખોરાક ચાવવાની પ્રક્રિયામાં જ મન કેન્દ્રિત કરવું જોઈએ. ભોજનના આસ્વાદમાં મનને ભાગીદાર બનાવો. તમારા ચિત્તને બીજી કોઈ બાબત તરફ વાળશો નહીં. તમારા શરીર પર ધ્યાન આપો અને મોઢામાં ખોરાક ચાવવાની તથા તેને ગળે ઉતારવાની તમામ પ્રક્રિયાનો આનંદ માણો. બીજી વખત જમવા બેસો ત્યારે પણ આવું કરી જોજો. ભોજનનો સ્વાદ બદલાઈ જશે. ભોજન વધારે સ્વાદિષ્ટ બની જશે.

પણ જો ચિત્તને આડુંઅવળું ફંટાવા દેશો તો જમવામાંથી રસકસ ઊડી જશે. મને ખાતરી થઈ છે કે જો આપણે ખોરાક પ્રેમથી લઈએ, ખાવાના અનુભવ પર જ આપણું ધ્યાન કેન્દ્રિત કરીએ, તેની મજા લઈએ તો ખોરાકનું પાચન પૂર્ણપણે થશે અને તેનું પરિણામ એટલે આદર્શ વજન.

મારા વજનની વાર્તાનો અંત એ છે કે અત્યારે મારું વજન ૧૧૬ પાઉન્ડ છે, જે મારી દૃષ્ટિએ આદર્શ છે. હવે મને જે ખાવાનું મન થાય છે તે ખાઉં છું. મહત્ત્વની વાત એ છે કે તમે તમારા આદર્શ વજન પર ધ્યાન કેન્દ્રિત કરો.

આમાં કેટલો સમય લાગે?

ડૉ. જો વિટાલ

લોકો વધુ એક સવાલ પૂછે છે, ''નવી કાર આવતા, સંબંધ બાંધવામાં કે ધન મેળવવામાં કેટલો સમય લાગશે ?'' મારી પાસે એવું કોઈ નિયમનું પુસ્તક નથી જેમાં જણાવ્યું હોય કે આમાં ત્રીસ મિનિટ અથવા ત્રણ દિવસ કે પછી ત્રીસ દિવસ લાગશે. બ્રહ્માંડ સાથે તમારો કેવો સુમેળ છે એના ઉપર એ નિર્ધારિત છે.

સમય તો ભ્રમ છે. આ વાત આઇન્સ્ટાઇને કહી છે. જો તમે આ પહેલી વાર સાંભળતા હો તો કદાચ આ ધારણાને મગજમાં ઉતારવી મુશ્કેલ બનશે, કારણ એક પછી એક, બધી વસ્તુને તમે બનતી જુઓ છો. ક્વૉન્ટમ વિજ્ઞાનીઓ તથા આઇન્સ્ટાઇન આપણને કહે છે બધી વસ્તુઓ એકસાથે બને છે. સમય જેવી કોઈ વસ્તુ નથી. એ જો તમે સમજી શકો અને એ ધારણા સ્વીકારો શકો ત્યારે તમે જોઈ શકશો કે ભવિષ્યમાં જે તમને જોઈએ છે તે પહેલેથી જ હાજર છે. જો દરેક વસ્તુ એક જ સમયે બનતી હોય તો તમારું સમાંતર સ્વરૂપ તમને જોઈતી વસ્તુ સાથે પહેલેથી જ હાજર છે.

તમારી મનગમતી ચીજ પૂરી પાડવામાં બ્રહ્માંડને સહેજેય સમય લાગતો નથી. જે કંઈ મોડું થાય છે તે તમારે કારણે જ થાય છે. તમને તમારી ઇચ્છિત વસ્તુઓ મળી ગઈ છે એવું માનવા, જાણવા અને અનુભવવામાં એટલે કે એ સ્થિતિ સુધી પહોંચવામાં તમને સમય લાગે છે. તમે તમારી મનગમતી ચીજની ફ્રીક્વન્સી સુધી પહોંચવામાં વાર કરો છો. જ્યારે તમે એ ફ્રીક્વન્સી સુધી પહોંચી જાઓ ત્યારે તમને જોઈતી ચીજ મળી જાય છે.

બૉબ ડૉયલ

બ્રહ્માંડને મન કદની તો કોઈ વિસાત જ નથી. વિજ્ઞાનની દૃષ્ટિએ જેને આપણે વિશાળકાય ગણતા હોઈએ એવી ચીજ કે પછી આપણે જેને અતિ સૂક્ષ્મ ગણતા હોઈએ એવી તમામ ચીજોને બ્રહ્માંડ આકર્ષે છે.

બ્રહ્માંડ આ દરેક ચીજ કશાય પ્રયત્ન વગર કરે છે. ઘાસને ઊગવામાં મહેનત પડતી નથી. એ આપોઆપ જ ઊગે છે. આ જ તો મહાન યોજના છે.

આ બધું, તમારા મનમાં શું ચાલી રહ્યું છે તેના ઉપર આધાર રાખે છે. આપણે મગજમાં શું ભરી રાખીએ છીએ તેના પર બધો આધાર રહેલો છે. આપણે ઘણી વાર એવું કહીએ છીએ, ''આ તો બહુ મોટી ચીજ છે. એને સમય લાગશે.'' અને ''આ તો નાની વસ્તુ છે. આના માટે એક કલાક પૂરતો છે.'' આ તો આપણે બનાવેલા નિયમો છે. બ્રહ્માંડમાં આવા કોઈ નિયમો નથી. તમારી મનગમતી ચીજ તમને અત્યારે જ મળી ગઈ છે એવું અનુભવશો તો બ્રહ્માંડ તરત જ તેનો પડઘો પાડશે.

બ્રહ્માંડને સમયની કે કદની કોઈ સીમા નડતી નથી. એક ડૉલર મેળવી આપવાનું જેટલું સહેલું છે, તેટલું જ દસ લાખ ડૉલર મેળવી આપવાનું સહેલું છે. પ્રક્રિયા પણ સરખી હોય છે. વહેલુંમોડું થાય છે એ તો તમારી માન્યતાને લીધે. તમે એવું વિચારો છો કે દસ હજાર ડૉલર મોટી રકમ છે અને એક ડૉલર નાની રકમ છે.

બૉબ ડૉયલ

અમુક માણસોને નાની વસ્તુઓ સાથે પનારો પાડવાનું સહેલું લાગે છે, તેથી આપણે ઘણી વાર કહેતા હોઈએ છીએ, નાની અમસ્તી શરૂઆત કરો. જેમ કે એક કપ કૉફીનો. આજે તમે એક કપ કૉફી મેળવવાનો જ ઉદ્દેશ રાખો.

બૉબ પ્રૉક્ટર

તમારો એક જૂનો મિત્ર, જેને તમે લાંબા સમયથી મળ્યા નથી તેની સાથે વાત કરી રહ્યા છો એવું કલ્પનાચિત્ર મનમાં ઉપસાવો. કોઈ ને કોઈ રીતે કોઈક તમારી સાથે એના વિશે વાત કરશે અથવા ઉલ્લેખ કરશે. પેલો મિત્ર કાં તો તમને ફોન કરશે અથવા પત્ર લખશે.

નાની બાબતથી શરૂ કરીને તમારી આંખે આકર્ષણના નિયમનો અનુભવ કરવો સરળ છે. એક યુવાન માણસે કરેલા આ પ્રકારના પ્રયોગની વાત હું તમને કરું તો તે યોગ્ય ગણાશે. તેણે *ધી સિક્રેટ* ફિલ્મ જોઈ અને નક્કી કર્યું કે નાની વસ્તુથી શરૂઆત કરવી.

તેણે તેના મનમાં એક પીંછાનું કલ્પનાચિત્ર દોર્યું. તેણે એવી કલ્પના કરી કે આ પીંછું અનોખું હોય. તેણે પેલા પીંછા ઉપર ચોક્કસ નિશાનીઓ કરી, જેથી આકર્ષણના નિયમ મુજબ જ્યારે પણ એ પીંછું એને મળે ત્યારે પેલી નિશાની દ્વારા તે જાણી શકે કે એણે કરેલી કલ્પના મુજબનું એ પીંછું છે.

બે દિવસ પછી ન્યૂયૉર્કના એક રસ્તા પરનાં હાઇરાઇઝ બિલ્ડિંગમાં ચાલવાનું થયું. કોને ખબર, કયા કારણસર એની આંખ નીચે મંડાઈ. તેણે શું જોયું ? ન્યૂયૉર્ક શહેરના એક હાઇરાઇઝ બિલ્ડિંગના દરવાજા પાસે એને પેલું પીંછું મળી ગયું ! ગમે તે કોઈ પીંછું નહીં, પણ તેણે જેની કલ્પના કરી હતી એ જ પીંછું ! તેણે પેલા પીંછા પર કરેલા નિશાનને આધારે એને ખાતરી થઈ કે એણે મનમાં જે પીંછું સર્જ્યું હતું તે આ જ હતું. એના મનમાં બિલકુલ શંકા નહોતી કે આકર્ષણનો નિયમ ભવ્ય રીતે કામ કરી રહ્યો હતો.

મનની શક્તિથી પોતાની તરફ કોઈ પણ વસ્તુને આકર્ષી શકાય છે એવી તેણે અપાર ક્ષમતા અનુભવી. પછી તો તે પૂરા વિશ્વાસ સાથે તે મોટી વસ્તુઓ મેળવવા તરફ આગળ વધ્યો.

ડેવિડ સ્કર્મર

ઇન્વેસ્ટમૅન્ટ ટ્રેનર, ઉપદેશક તથા નાણાં નિષ્ણાત

*મને જે રીતે કારનું પાર્કિંગ મળી જાય છે તેનાથી લોકોને આશ્ચર્ય થાય છે. જ્યારથી હું **રહસ્ય**ને સમજવા લાગ્યો છું ત્યારથી આ થતું આવ્યું છે. મારે જ્યાં કાર પાર્ક કરવી હોય એ જગ્યાને ચિત્તમાં કલ્પું છું. ૯૫ ટકા કિસ્સામાં મેં જે જગ્યા કલ્પી હોય તે જગ્યા ખાલી જ હોય. પાંચ ટકા કિસ્સામાં જ મારે એક-બે મિનિટ, લાગતો વળગતો માણસ જગ્યા ખાલી કરે ત્યાં સુધી રાહ જોવી પડી હોય. હું કાયમ આ પ્રમાણે જ કરું છું.*

હવે તમને ખ્યાલ આવ્યો હશે કે જે માણસ કહે છે કે મને પાર્કિંગની જગ્યા મળી રહે છે અને તેને જગ્યા મળી જ જાય છે અથવા કોઈ માણસ જે એવું કહે છે, 'હું બહુ નસીબદાર છું. હંમેશાં મારી જીત થાય છે.' અને એ ખરેખર એક પછી એક બધી બાજી જીતતો રહે છે. આ લોકો અપેક્ષાઓ રાખે છે. મોટી વસ્તુઓ મેળવવાની મહત્ત્વાકાંક્ષા રાખો. અને તેમ કરવા લાગશો તો તમારા જીવનને પ્રગતિને પંથે લઈ જશો.

તમારા દિવસનું આયોજન કરો

આકર્ષણના નિયમનો પ્રયોગ કરીને તમે તમારી આખી જિંદગીનું આયોજન કરી શકો છો તેમ જ આજે હાથમાં લેવાના કામનું પણ આયોજન કરી શકો છો. પ્રેન્ટિસ મલફૉર્ડ શિક્ષક છે અને જેમનાં લખાણોમાં આકર્ષણના નિયમની આંતરસૂઝ તથા તેના પ્રયોગ વિશેની જાણકારી મળે છે, તેમના મતાનુસાર તમારા દિવસનું આયોજન કરો એ શા માટે મહત્ત્વ ધરાવે છે :

> ‘‘તમે જ્યારે તમારી જાતને કહો, ‘મારી મુલાકાત અથવા મારી યાત્રા જરૂર આનંદદાયક રહશે’ ત્યારે તમે મુસાફરી જતા પહેલાં શાબ્દિક રીતે એવાં તત્ત્વો તથા પરિબળોને મોકલો છો જે તમારી મુલાકાત અથવા યાત્રાને આનંદદાયક બનાવે છે. તમારી મુલાકાત કે યાત્રા અગાઉ કે પછી ખરીદી પર નીકળતા પહેલાં જો તમારો મૂડ નહીં હોય અથવા કંઈ અણગમતું થશે એવી તમે શંકા કરો ત્યારે અજાણ્યાં તત્ત્વોને તમે એવો સંદેશો પહોંચાડો છો, જે ગમે તેમ કરીને અણગમતી સ્થિતિ ઊભી કરશે. આપણા વિચારો, બીજી રીતે કહીએ તો આપણી માનસિકતા હંમેશાં અગાઉથી સારું અથવા ખરાબ ચીજ ઉત્પન્ન કરવાનું કામ કરે છે.’’

પ્રેન્ટિસ મલફૉર્ડ

પ્રેન્ટિસ મલફૉર્ડે આ શબ્દો ૧૮૭૦માં લખ્યા હતા. કેવા પથપ્રદર્શક કહેવાય ! રોજબરોજના જીવનમાં દરેકેદરેક બનાવનો અગાઉથી વિચાર કરવો એ કેટલું જરૂરી છે. અગાઉથી વિચાર્યા વગર તમે તમારો દિવસ શરૂ કરો તો હાંફળાફાંફળા થઈ દોડવાનો વખત આવે એવો અનુભવ તમને ચોક્કસ થયો જ હશે.

જ્યારે તમે ઉતાવળા અને અધીરા થઈને દોડો છો ત્યારે સમજી લેજો કે વિચાર અને કાર્ય એ ભય (મોડા પડવાનો ભય) પર આધારિત છે અને તમે ભવિષ્યમાં તમારા માટે ખરાબ વસ્તુઓ ઉત્પન્ન કરી રહ્યાં છો. તમે આ રીતે આંધળુકિયું કરતા રહેશો તો તમારા રસ્તામાં અનિચ્છનીય બનતું રહેશે. અને આકર્ષણના નિયમ મુજબ ભવિષ્ય માટે એવા વધુ ને વધુ બનાવોને તમારા તરફ આકર્ષશે. તમારે અટકવું પડશે અને ફ્રીક્વન્સી બદલવી પડશે. થોડો સમય કાઢો અને તમારો અભિગમ બદલો નહિતર અઘટિત ઘટનાઓ ઘટતી રહેશે.

ઘણા લોકો, ખાસ કરીને પાશ્ચાત્ય દેશના લોકો ''સમય''ની પાછળ દોડે છે અને ફરિયાદ કરે છે કે તેમની પાસે પૂરતો સમય નથી. જુઓ, કોઈ એમ કહે કે તેમની પાસે પૂરતો સમય નથી તો તે આકર્ષણના નિયમને કારણે બને છે ! સમય નથી, સમય નથી એવું કહીને તમારી જાતને એવી ભ્રમણામાં રાખો છો. હવે પછી તમારી જાતને ભારપૂર્વક કહો, ''મારી પાસે પૂરતો સમય છે.'' આવી રીતે તમે તમારું જીવન બદલી નાંખશો.

તમે ક્યારેક કોઈ વ્યક્તિની રાહ જોવામાં જે સમય ગાળો છો તેને તમારું સુંદર ભવિષ્ય બનાવનારા ઉપયોગી સમયમાં બદલી શકો છો. કોઈ વાર એવી સ્થિતિ ઊભી થાય જ્યારે તમારે રાહ જોઈને બેસી રહેવાનું હોય ત્યારે સમયનો સદુપયોગ કરી તમારી ઇચ્છિત વસ્તુઓની કલ્પના કરવા લાગો. કોઈ પણ સ્થળે કે સમયે આ કરી શકાય. જીવનની દરેક સ્થિતિને સર્જનાત્મક બનાવો.

તમારી એ રોજિંદી આદત બની જવી જોઈએ જેમાં વિચારપૂર્વક તમે તમારા જીવનના દરેક બનાવનું આયોજન કરતા રહો. તમે જે કંઈ કરો અને જ્યાં પણ જાઓ તેનાં વિશે બ્રહ્માંડની શક્તિઓને અગાઉથી કામે લગાડીને તમે શું ઇચ્છો છો તે પહેલાંથી વિચારી રાખો. આવી રીતે તમે તમારા જીવનને હેતુલક્ષી બનાવી શકશો.

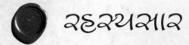

રહસ્યસાર

- અલાઉદ્દીનના જીનની જેમ આકર્ષણનો નિયમ દરેક હુકમનું પાલન કરે છે.

- સર્જનાત્મક પ્રક્રિયા તમને તમારી મનગમતી ચીજ મેળવી આપવામાં મદદ કરે છે. તેનાં ત્રણ સરળ પગથિયાં છે : માગો, ભરોસો રાખો અને મેળવો.

- તમને શું જોઈએ છે તેની માગણી બ્રહ્માંડ પાસે કરો એનો મતલબ એ થાય છે કે તમારે શું જોઈએ છે એ વિશે વધુ સ્પષ્ટ થવું. જો તમારા મનમાં આ વિશેની સ્પષ્ટ છબી હોય તો તમે માગી લીધું છે એમ કહેવાય.

- ભરોસો રાખવાનો અર્થ એ કે કાર્ય, વાણી અને વિચારનો તમે એવી રીતે ઉપયોગ કરો કે જાણે તમને તમારી મનગમતી ચીજ મળી ગઈ છે. તમે જ્યારે વસ્તુ મળી ગઈ હોવાની ફ્રીક્વન્સી સુધી પહોંચો ત્યારે આકર્ષણનો નિયમ વસ્તુઓ, બનાવો અને સંજોગોને અનુકૂળ બનાવે છે.

- મેળવવાનો અનુભવ એ એવો અનુભવ છે કે જાણે તમને તમારી ઇચ્છિત વસ્તુઓ મળી ગઈ હોય. આવી રીતે તે ક્ષણે સારું અનુભવીને તમે મનગમતી ચીજની ફ્રીક્વન્સી પર પહોંચી જશો.

- વજન ઘટાડવા માગતા હો તો, ''વજન ઘટાડવા'' પર ધ્યાન કેન્દ્રિત કરવાની જરૂર નથી. તેને બદલે તમે જે મેળવવા માગો છો તે 'આદર્શ વજન' પર ધ્યાન કેન્દ્રિત કરો. તમારું આદર્શ વજન થઈ ગયું છે એવો ભાવ એ સ્થિતિને જરૂર મેળવી આપશે.

- *તમે જે માગો છો તેને મેળવી આપવામાં બ્રહ્માંડને સહેજેય સમય લાગતો નથી. એક જ ડૉલર હોય કે પછી દસ લાખ ડૉલર, બંને મેળવવાનું એટલું જ સરળ છે.*

- આકર્ષણના નિયમની અસરકારકતા જોવા માટે શરૂઆત નાની વસ્તુથી કરો. જેમ કે કૉફીનો કપ કે પાર્કિંગની જગ્યા. નાની વસ્તુને આકર્ષવા માટે શક્તિનો ઇરાદાપૂર્વક ઉપયોગ કરો. એક વાર તમે આકર્ષવાની શક્તિનો પ્રયોગ કરો પછી તમે મોટી વસ્તુઓ મેળવવાના માર્ગે આગળ વધી શકશો.

- તમારા દિવસનું આયોજન તમે જે રીતે ઇચ્છો છો તે રીતે કરો. પછી તમારા જીવનને તમે હેતુલક્ષી બનાવી શકશો.

1
10,000
1
100,000
nucleus
proton
atom
meters
10-10

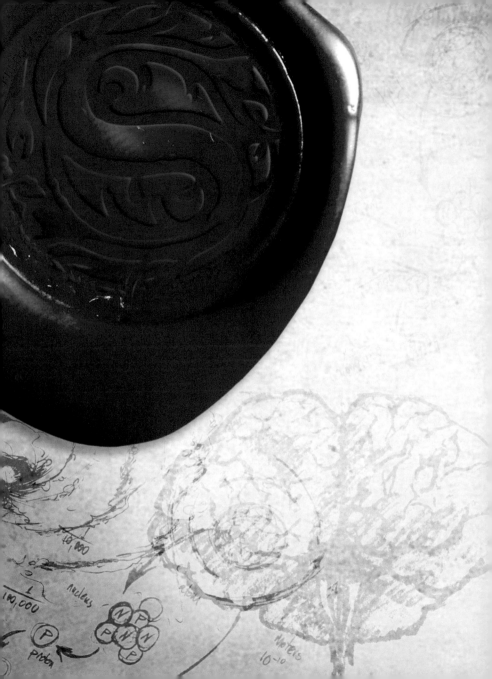

શક્તિશાળી પ્રક્રિયાઓ

ડૉ. જો વિટાલ

ઘણા માણસો પોતાને સંજોગોથી મજબૂર અથવા સંજોગોના ગુલામ કે શિકાર માનતા હોય છે. હાલમાં તમારા સંજોગો ગમે તેવા હોય, એ તમારી અત્યારની વાસ્તવિકતા છે; જો તમે રહસ્યના જ્ઞાનનો ઉપયોગ કરવા માંડશો તો તમારા સંજોગો બદલાયા વિના નહીં રહે.

તમારી અત્યારની સુધીની પરિસ્થિતિ કે આજદિન સુધીની જિંદગી, એ તમારા વિચારોનું પરિણામ છે. જેવું તમે તમારા વિચારો તથા લાગણીઓમાં પરિવર્તન લાવશો એવું એ તદ્દન બદલાઈ જશે.

"માણસ બદલાઈ શકે છે... તેના ભાગ્યનો નિર્માતા બની શકે છે. સાચા વિચારની શક્તિ વિશે જે જાગ્રત છે તેવો દરેક વિચારશીલ માણસ આવું માને છે."

ક્રિશ્ચિયન ડી. લાર્સન (૧૮૬૬-૧૯૫૪)

૭૧

લીસા નિકોલ્સ

તમે જો તમારા સંજોગો બદલવા માગતા હો તો તમારે પહેલા તો તમારી વિચારસરણી બદલવી પડશે. દરરોજ તમે તમારી ટપાલ જુઓ છો ત્યારે કોઈક બિલ આવ્યું હશે એવી અપેક્ષા રાખો છો અને એ પ્રમાણે જ બને છે. દરરોજ તમે એ બિલ આવશે એવા ડરમાં જ રહો છો. તમે ક્યારેય કોઈ ગમતી વસ્તુની અપેક્ષા રાખતા નથી. તમારું જે દેવું છે તેનો જ વિચાર કરતા રહો છો અને તેની જ અપેક્ષા રાખો છો. તેથી તમને જો દેવું જ મળે તો તમારી જાતને દોષ દેશો નહીં. દરરોજ તમારા વિચારો દ્વારા તેને સમર્થન આપો છો. પૈસા ચૂકવવાનું આવશે તો ? હા, તેમ જ થશે. દેવું હશે કે નહીં ? હા, વળી દેવું હશે જ. શા માટે આમ બને છે ? કારણ તમે ઉધારીની અપેક્ષા રાખો છો. ઉધારીનો આંકડો તમને જાણવા મળે છે, કારણ આકર્ષણનો નિયમ તમારા વિચારોનો ગુલામ છે. તમે પોતાની જાત પર એક મહેરબાની કરો. ઉધારીની નહીં, ચેકની અપેક્ષા રાખો.

અપેક્ષા એ સૌથી અસરકારક શક્તિ છે, કારણ એ વસ્તુઓને તમારી તરફ ખેંચે છે. બૉબ પ્રૉક્ટર કહે છે, 'ઇચ્છા તમને ઇચ્છિત વસ્તુઓ સાથે જોડે છે અને અપેક્ષા તેને જીવનમાં ખેંચી લાવે છે.' તમને જે જોઈતું હોય એની જ અપેક્ષા રાખો. તમને જે નથી જોઈતું તેની ક્યારેય અપેક્ષા રાખશો નહીં. બોલો, હવે તમે શેની અપેક્ષા રાખો છો ?

જેમ્સ રે

ઘણાખરા લોકો તેમની વર્તમાન પરિસ્થિતિને જોઈને પ્રતિભાવ આપે છે, 'જે કંઈ આ છે તે હું છું.' પણ તેમ નથી. એ તો તમારો ભૂતકાળ છે. માની લઈએ કે તમારી પાસે પૂરતું બૅન્ક બૅલેન્સ નથી. તમે જેમની સાથે સંબંધ જોડવા માગો છો તેનો કોઈ પ્રતિભાવ નથી. તમારું સ્વાસ્થ્ય કે તમારી શારીરિક ક્ષમતા તમારી અપેક્ષા પ્રમાણે નથી, પણ આ કંઈ તમે નથી. એ તો તમારા ભૂતકાળના વિચારો તથા કાર્યોનું પરિણામ છે.

ભૂતકાળના આપણા વિચારો તથા કાર્યોના પરિણામરૂપે આપણે સહુ જીવતા હોઈએ છીએ. તમે તમારી વર્તમાન પરિસ્થિતિ જુઓ અને એને આધારે તમારી જાતે તપાસો તો તમને ખ્યાલ આવશે કે ભવિષ્ય પણ એવું જ હશે.

"આપણા જેવા વિચારો, તેવા આપણે."

બુદ્ધ (૫૬૩ ઈ. પૂ. - ૪૮૩ ઈ. પૂ.)

નેવિલ ગોદાર્દ નામના એક ઉપદેશકે ઈ.સ. ૧૯૫૪માં 'ધી પ્રુનિંગ શિઅર્સ ઑફ રિવિઝન' એ શીર્ષકથી એક વ્યાખ્યાન આપેલું, જેમાં તેમણે જે પ્રક્રિયાની વાત કરેલી તે હું તમને જણાવવા માગું છું. આ પ્રક્રિયાની ઊંડી અસર મારા જીવન પર પડી છે. નેવિલ એવું સૂચવે છે કે દરરોજ રાત્રે તમે સૂઆ જાઓ તે પહેલાં દિવસભરના બનાવોને યાદ કરો. જો કોઈ બનાવ કે બાબત તમારી ઇચ્છા અનુસાર ન બની હોય તો તે કઈ રીતે બની હોત તો તમને સંતોષ થયો હોત તેની કલ્પના તમારા ચિત્તમાં કરો. તમે તમારા ચિત્તમાં એ બનાવોને તમને જેવા જોઈતા હતા તેવા સર્જો તો એ દિવસની ફ્રીક્વન્સીમાં ફેરફાર લાવીને તમે આવતી કાલ માટે નવા સંકેત તથા ફ્રીક્વન્સી મોકલો છો. પ્રયત્નપૂર્વક તમે તમારા ભવિષ્ય માટે નવું ચિત્ર તૈયાર કરો છો. આના માટે ક્યારેય મોડું થયું એમ ન કહેવાય.

કૃતજ્ઞતાની શક્તિશાળી પ્રક્રિયા

ડૉ. જો વિટાલ

તમારી જિંદગીમાં પરિવર્તન લાવવા માટે તમે અત્યારે શું કરી શકો ? પહેલી વાત તો એ કે જેને માટે આપણે કોઈના ઋણી છીએ તેવી વસ્તુઓની યાદી બનાવવાનું શરૂ કરો. આને લીધે તમારી શક્તિ તથા વિચારવાનું કેન્દ્ર બદલાશે. અત્યાર સુધી તમે તમારા અભાવો, પ્રશ્નો અને ફરિયાદોમાં જ તમારી જાતને રોકી રાખતા હતા. હવે તમે તમારા વિચાર-વલણમાં ફેરફાર લાવીને જુદી દિશામાં જવાના પ્રયત્નો કરશો. તમને જેનાથી સારું લાગતું હોય તેવી વસ્તુઓ માટે આભાર વ્યક્ત કરવાનું શરૂ કરો.

> "કૃતજ્ઞ બનવાની વાત તમારા માટે નવી હોય તો તેના વિશે વધુ વિચારો. કૃતજ્ઞતા બ્રહ્માંડની સર્જનાત્મક ઊર્જા સાથે તમારા ચિત્તની સંવાદિતા સ્થાપે છે, માટે તેને ગંભીરતાથી લો. પછી તમને તેનાં અસ્તિત્વની ખાતરી થશે."
>
> વાલેસ વેટલ્સ (૧૮૬૦-૧૯૧૧)

માર્સી શિમોફ

તમારી જિંદગીમાં વધુ સારું મેળવવા માટે કૃતજ્ઞતાનો ભાવ અનિવાર્ય છે.

ડૉ. જૉન ગ્રે

મનોવિજ્ઞાની, લેખક અને આંતરરાષ્ટ્રીય વક્તા

દરેક વ્યક્તિને ખ્યાલ હશે કે જ્યારે કોઈ સામાન્ય બાબત અંગે તેની પત્ની તેનાં વખાણ કરતી હોય તો તેનું શું પરિણામ આવે ? તે વ્યક્તિને તે વસ્તુ વધુ કરવાનું મન થાય. પ્રશંસામાં બહુ મોટી શક્તિ હોય છે. એ વસ્તુને ખેંચી લાવે છે. સહકાર મેળવી આપે છે.

ડૉ. જૉન ડેમાર્ટિની

જે વસ્તુનો આપણે વિચાર કરીએ છીએ તથા તેના વિશે આભારની લાગણી અનુભવીએ છીએ તે વસ્તુ આપણને મળે છે.

જેમ્સ રે

કૃતજ્ઞતાનો ભાવ અનુભવવો એ મારે માટે શક્તિશાળી અનુભવ છે. દરેક સવારે ઊઠતાની વારમાં હું કહું છું, 'આભાર.' દરેક સવારે જ્યારે મારા પગ જમીનને સ્પર્શે ત્યારે કહું છું, 'આભાર.' અને પછી બ્રશ કરું છું ત્યારે સવારની તમામ ક્રિયાઓમાં કૃતજ્ઞતાની લાગણી પ્રગટ કરું છું. હું માત્ર એનો વિચાર કરતો નથી કે યાંત્રિકપણે આ કરતો નથી. સમગ્રપણે હું કૃતજ્ઞતાની લાગણી અનુભવું છું.

જેમ્સ રેની ફિલ્મ જે દિવસે અમે ઉતારી ત્યારે તેમની આભારવશ થવાની વાતનો જે અહેસાસ થયો તે હું ક્યારેય ભૂલી શકીશ નહીં. પછી તો જેમ્સે સૂચવેલી પ્રક્રિયા મારા જીવનનો ભાગ બની ગઈ. તદ્દન નવા દિવસ માટે અને જીવનમાં જે કંઈ મળ્યું છે તેના વિશે કૃતજ્ઞતાનો ભાવ જાગે નહીં ત્યાં સુધી હું પથારીમાંથી ઊભી થતી નથી. પછી જ્યારે હું ઊભી થાઉં છું અને મારો એક પગ જમીનને અડે છે ત્યારે હું કહું છું, 'આભાર.'

અને પછી બીજો પગ અડે છે ત્યારે હું કહું છું, 'તમારો.' પછી બાથરૂમ તરફ જતી વખતે દરેક પગલે કહું છું, 'આભાર તમારો.' પછી નહાતી વખતે તથા તૈયાર થતી વખતે 'આભાર તમારો' એવો શબ્દ બોલું છું તથા તેવો ભાવ અનુભવું છું. દિવસ માટે સાવ તૈયાર થઈ જાઉં ત્યાં સુધી અનેક વાર 'આભાર તમારો' કહું છું.

આ પ્રમાણે કરું છું ત્યારે મારો દિવસ અને તેની દરેક ઘટના હું સર્જું છું. દિવસ માટે મારી ફ્રીક્વન્સી ગોઠવું છું અને હેતુપૂર્વક મારા દિવસભરના કાર્યક્રમની જાહેરાત કરું છું. પથારીમાંથી હાંફળીફાંફળી ઊભી થઈ, દિવસની હું ગુલામ બની જાઉં એવું હું ઇચ્છતી નથી. દિવસની શરૂઆત કરવા માટે આનાથી વધુ શક્તિશાળી રસ્તો બીજો ન હોઈ શકે.

ઇતિહાસમાં જે અવતારો થયા છે તે બધાના ઉપદેશમાં કૃતજ્ઞતા એ પાયાની બાબત તરીકે જોવા મળી છે. જેણે મારું જીવન બદલવામાં મહત્ત્વનો ભાવ ભજવ્યો, તે વાલેસ વેટલ્સના ૧૯૧૦માં લખાયેલા પુસ્તક 'સાયન્સ ઑફ ગેટિંગ રિચ'માં કૃતજ્ઞતા વિશેનું પ્રકરણ સૌથી વધુ લાંબું છે. 'ધી સિક્રેટ'માં જેમણે યોગદાન આપ્યું છે તે દરેક શિક્ષક કૃતજ્ઞતાને પોતાની દિનચર્યાનો અંશ બનાવવામાં માને છે. એમાંના મોટા ભાગના લોકો કૃતજ્ઞતાના ભાવ સાથે દિવસની શરૂઆત કરે છે.

જૉ સુગરમૅન નામના અદ્‌ભુત માણસ તથા સફળ ધંધાદારીએ *ધ સિક્રેટ* ફિલ્મ જોઈને મારો સંપર્ક કર્યો. તેમણે મને જણાવ્યું કે આભારવશ થવાની પ્રક્રિયા એ તેમનો પ્રિય અંશ છે. તેમણે એ પણ કહ્યું કે કૃતજ્ઞતાના પ્રયોગને લીધે જીવનમાં તેઓ ઘણું મેળવી શક્યા છે. દરેક દિવસે નાનામાં નાની બાબત માટે જૉ સુગરમૅન આભારનો ભાવ પ્રગટ કરે છે. કાર પાર્કિંગની જગ્યા મળે ત્યારે પણ તેઓ કહે છે, 'આભાર તમારો.' કૃતજ્ઞતાની શક્તિનો જૉને અહેસાસ છે, તેનાથી તેમને જે મળ્યું છે તેનો તેમને ખ્યાલ છે. એમ કહેવાય કે આભારવશ બનવું એ એમની જીવનશૈલીનો ભાગ છે.

મેં જે વાંચ્યું છે તથા **રહસ્ય**નો ઉપયોગ કરીને જે કંઈ અનુભવ્યું છે તેમાં કૃતજ્ઞતાની વાત મોખરે છે. **રહસ્ય**ના જ્ઞાન સાથે ફક્ત એક જ કામ કરવા તમે માગતા હો તો, કૃતજ્ઞતાનો પ્રયોગ કરજો જ્યાં સુધી તે તમારા જીવનનો અંશ ન બની જાય.

ડૉ. જો વિટાલ

તમારી પાસે જે છે તેના પ્રત્યેનો તમારો અભિગમ જેવો બદલાશે, તમે તમારા પ્રત્યે સારી વસ્તુઓને આકર્ષવા લાગશો. ઘણી વસ્તુઓ વિશે તમે કૃતજ્ઞતાનો ભાવ અનુભવશો. આસપાસ નજર નાખીને તમે કહેશો, ‘‘ખેર, મારે જે જોઈએ છે તે કાર મારી પાસે નથી. મારી મરજી મુજબનો જીવનસાથી મારી પાસે નથી. મારું સ્વાસ્થ્ય જોઈએ એવું નથી.’’ બસ, બહુ થયું ! તમને આ બધી વસ્તુઓ જોઈતી નથી. તમારી પાસે જે છે અને જેને માટે તમે આભારી છો તેવી વસ્તુઓ પર ધ્યાન કેન્દ્રિત કરો. કદાચ એવું બને કે એ વસ્તુઓમાં તમારી આંખનો પણ સમાવેશ થતો હોય, જેનાથી તમે આ વાંચો છો. કદાચ તમે જે પહેર્યાં છે તે કપડાં પણ હોય ! તમે કોઈ બીજી વસ્તુની પસંદગી કરશો અને એ વસ્તુ તમને તરત મળી જશે, જો તમારી પાસે હાલમાં જે વસ્તુઓ છે તેના વિશે તમે કૃતજ્ઞ હોવ તો.

> ‘‘અન્ય તમામ બાબતોમાં પોતાનું જીવન વ્યવસ્થિત રાખનારા ઘણાખરા માણસો કૃતજ્ઞતાની બાબતે સાવ ગરીબ હોય છે.’’
>
> વાલેસ વેટલ્સ

તમને જે મળ્યું છે તેનો તમે આભાર નહીં માનો તો તમારા જીવનમાં વધુ સારું ક્યારેય નહીં મળી શકે. આવું કેમ ? કારણ કે તમારા વિચારો અને લાગણીઓ અપકારના ભાવને લીધે નકારાત્મક બની જાય છે. ઈર્ષા, વિરોધ, અસંતોષ અથવા ‘‘આ પૂરતું નથી’’ જેવી લાગણીઓ તમને ઇચ્છિત વસ્તુઓ સુધી લઈ જઈ શકે નહીં. ઊલટાનું એ

તમને અણગમતી વસ્તુઓ તરફ લઈ જશે. એ પ્રકારની નકારાત્મક લાગણીઓ, સારી વસ્તુઓને તમારા તરફ આવતી રોકે છે. તમારે નવી કાર જોઈએ છે પણ તમારી પાસે જે કાર છે તેના પ્રત્યે તમારો ઉપકારનો ભાવ નથી. તેથી આ બાબત તમે ફ્રીક્વન્સીની બહાર મોકલો છો.

હાલમાં તમારી પાસે જે છે તેનો આભાર માનો. તમારા જીવનમાં તમે જેના વિશે કૃતજ્ઞ બની શકો એવી વસ્તુઓ વિશે વિચારવા લાગશો તો એ જાણીને નવાઈ પામશો કે એ યાદીનો કોઈ અંત નથી ! તમારે શરૂ કરવું રહ્યું, જેથી આકર્ષણનો નિયમ એ કૃતજ્ઞતાના વિચારોની પ્રતિક્રિયારૂપે એવી વધુ ચીજવસ્તુઓને તમારા સુધી પહોંચાડશે. કૃતજ્ઞતાની ફ્રીક્વન્સી પર જ્યારે તમે તમારી જાતને મૂકશો ત્યારે બધી સારી વસ્તુઓ તમને મળી જશે.

> "કૃતજ્ઞતા વ્યક્ત કરવાનો રોજિંદો ક્રમ એ એવી નહેર છે જેના દ્વારા સંપત્તિ તમારા તરફ ખેંચાઈ આવશે."
>
> *વાલેસ વેટલ્સ*

લી બ્રોઅર
વેલ્થ ટ્રેઈનર અને નિષ્ણાત, લેખક તથા શિક્ષક

દરેક વ્યક્તિના જીવનમાં એવો વખત આવે છે, જ્યારે તેઓ કહેવા લાગે છે, 'કશું બરાબર નથી.' અથવા 'સમય બહુ ખરાબ છે.' એક વખત અમારા કુટુંબમાં કોઈ પ્રસંગ હતો ત્યારે એક પથ્થર મારા હાથમાં આવ્યો. હું એ પકડીને બેસી રહ્યો. મેં પથ્થર લીધો અને મારા ખિસ્સામાં મૂક્યો. મેં મારી જાતને કહ્યું, "દરેક વખતે જ્યારે પણ આ પથ્થરનો સ્પર્શ મને થશે ત્યારે હું એવી વસ્તુને યાદ કરીશ, જેના વિશે હું કૃતજ્ઞ હોઉં." તેથી દરરોજ સવારે જ્યારે હું ઊઠું ત્યારે ડ્રેસિંગ ટેબલ પરથી ઉઠાવીને

એ પથ્થરને હું મારા ખિસ્સામાં મૂકું અને આભાર માનવા જેવી ચીજોને યાદ કરી લઉં. રાત્રે પણ જ્યારે હું મારા ખિસ્સામાંથી પથ્થર કાઢું ત્યારે એ જ પ્રમાણે કરું.

મારા આ વિચારને લીધે મને આશ્ચર્યકારક અનુભવો થયા. એક દક્ષિણ આફ્રિકન સજ્જને મને પથ્થર કાઢતાં જોઈ લીધો, 'એ શું છે ?' એણે પૂછ્યું. મેં એને આખી વાત જણાવી. તેથી તેણે એ પથ્થરને 'કૃતજ્ઞ પથ્થર' એવું નામ આપ્યું. બે અઠવાડિયાં પછી દક્ષિણ આફ્રિકાથી તેનો ઇ-મેલ આવ્યો. તેમાં તેણે જણાવ્યું હતું, 'મારો દીકરો જીવલેણ બીમારીનો ભોગ બન્યો છે. હેપેટાઇટીસ જેવો કોઈક રોગ છે. તમે મને ત્રણ 'કૃતજ્ઞ પથ્થર' મોકલાવશો ?' એ તો રસ્તા પરથી ઉઠાવેલા સામાન્ય પથ્થરો હતા. તેમને પથ્થરો મોકલતાં મને લાગ્યું કે એ ખાસ પથ્થરો લાગવા જોઈએ. તેથી નદીકાંઠે જઈને વીણીને હું ખાસ પથ્થરો લઈ આવ્યો અને તેમને મેં મોકલી આપ્યા.

ચાર-પાંચ મહિના પછી મને એમનો ઇ-મેલ મળ્યો. તેમણે કહ્યું, 'મારો દીકરો સાજો થઈ ગયો છે. એનો ચમત્કારિક બચાવ થયો છે.' પછી એમણે જણાવ્યું હતું, 'પણ તમને એક વાત જાણીને આનંદ થશે. અમે 'કૃતજ્ઞ પથ્થર'ને નામે દસ ડૉલરના ભાવે આશરે એક હજાર પથ્થરો વેચ્યા છે. એ પૈસા અમે એક ચૅરિટી માટે ભેગા કર્યા છે. તમારો ખૂબ ખૂબ આભાર.'

વાતનો સાર એ કે ''કૃતજ્ઞતાનો અભિગમ'' રાખવો ઘણો જરૂરી છે.

મહાન વિજ્ઞાની આલ્બર્ટ આઇન્સ્ટાઇને સમય, અવકાશ અને ગુરુત્વકર્ષણ વિશેના આપણા અભિગમમાં ક્રાંતિકારી ફેરફારો લાવ્યા. જે પ્રકારની ગરીબીમાંથી તેઓ આવ્યા હતા અને જે પ્રકારની સામાન્ય શરૂઆત તેમણે કરી હતી તે જોતાં તેમણે જે સિદ્ધિ મેળવી તે અશક્ય લાગે તેવી હતી. આઇન્સ્ટાઇનને **રહસ્ય**ની પૂરેપૂરી જાણકારી હતી. દરેક દિવસે તેઓ અનેક વાર આભાર માનતા હતા. તેઓ તેમના પહેલાના વિજ્ઞાનીઓનો

આભાર માનતા હતા. જેમણે તેમના પહેલાં કરેલાં કામમાંથી તેમણે ઘણું જાણ્યું હતું અને કંઈક વધુ કરવાની પ્રેરણા મેળવી હતી તેવા જૂની પેઢીના વિજ્ઞાનીઓના યોગદાન બદલ આભાર માનતા હતા. અંતે તેઓ પોતે એક મહાનતમ વિજ્ઞાની પુરવાર થયા.

સર્જનાત્મક પ્રક્રિયામાં તમારી જરૂરિયાતોની માગણી દરમિયાન કૃતજ્ઞતાની બાબતનો અસરકારક ઉપયોગ થઈ શકે છે. સર્જનાત્મક પ્રક્રિયાના પહેલા પગથિયામાં બૉબ પ્રૉક્ટરે સૂચવ્યું છે, તમારી માગણીને તમે આ રીતે રજૂ કરો. 'દરેક વાક્ય આ રીતે શરૂ કરો,' 'હું એટલો ખુશ છું અને આભારી છું કે...' (બાકીની બાબતો તમે ભરી દો.)

તમે જ્યારે તમારી જરૂરિયાતો, જાણે કે તમને મળી ગઈ છે એ રીતે આભાર માનો છો ત્યારે તમે બ્રહ્માંડને એક મજબૂત સંદેશો મોકલો છો. એ સંદેશામાં એવું સાબિત થાય છે કે તમારી પાસે તમારી ઇચ્છિત વસ્તુઓ છે જ, તેથી તો તમે હાલમાં આભાર માનો છો. દરેક સવારે, પથારીમાંથી ઊભા થાઓ તે પહેલાં દિવસ દરમિયાન જે કંઈ બનવાનું છે તેનો અગાઉથી આભાર માનવાની ટેવ પાડો – જાણે કે તમે બધું ઇચ્છ્યું તેમ થઈ ગયું છે તે રીતે.

જે ઘડીએ **રહસ્ય**નું મને જ્ઞાન મળ્યું અને દુનિયાભરના લોકો સુધી જ્ઞાન પહોંચાડવાનો દૃષ્ટિકોણ મેં કેળવ્યો, ત્યારથી દરરોજ *ધ સિક્રેટ ફિલ્મ* બદલ હું આભાર માનતી રહી, કારણ એ ફિલ્મ જગતને આનંદ આપનારી હતી. રહસ્યનું જ્ઞાન સિનેમાને પરદે કેવી રીતે ઉતારીશું તેનો ખ્યાલ પણ નહોતો, પણ એટલો વિશ્વાસ હતો કે રસ્તો મળી જશે. મેં ધ્યાન કેન્દ્રિત કર્યું અને પરિણામ જે આવવાનું હતું તે આવ્યું. અગાઉથી જ હું કૃતજ્ઞતાની લાગણી અનુભવતી હતી. મારી એ અવસ્થાને લીધે દરવાજાઓ ખૂલી ગયા અને અમારી જિંદગીને જાદુઈ સ્પર્શ મળ્યો. *ધ સિક્રેટ*ની ભવ્ય ટીમ માટે તેમ જ મારે માટે ઊંડે હૃદયમાંથી જાગેલી કૃતજ્ઞતાની લાગણી હજી સુધી વહેતી રહી છે. અમારી ટીમ એવી રીતે તૈયાર થઈ છે કે દરેક ક્ષણે કૃતજ્ઞતાનો ભાવ અનુભવે છે. હવે તો તે અમારી જીવનશૈલી બની ગઈ છે.

વિઝ્યુઅલાઈઝેશનની સશક્ત પ્રક્રિયા

કાલ્પનિક ચિત્ર જોવાની (Visualisation) પ્રક્રિયાનું શિક્ષણ સદીઓથી મહાન ઉપદેશકો તથા અવતારો આપતા આવ્યા છે. આજના શિક્ષકો પણ એ આપી રહ્યા છે. ચાર્લ્સ હાનેલના ૧૯૧૨માં લખાયેલ પુસ્તક *ધી માસ્ટર કી સિસ્ટમ*માં તેઓ વિઝ્યુઅલાઈઝેશન પર પ્રભુત્ત્વ મેળવવાની અઠવાડિયાની ચોવીસ એક્સરસાઇઝ આપે છે. (વધારે મહત્ત્વની વાત એ છે કે તેમનું આ પુસ્તક તમને તમારા વિચારો પર નિયંત્રણ મેળવવામાં ઉપયોગી થાય એમ છે.)

વિઝ્યુઅલાઈઝેશનનું મહત્ત્વ એટલા માટે છે કે એને આધારે તમે તમારી જાતે તમારે શું જોઈએ છે એનું ચિત્ર ચિત્તમાં સર્જી શકો છો, તેથી તમને એ મળી ગયું છે એવી લાગણી તથા વિચાર તમારામાં જાગે છે. વિઝ્યુઅલાઈઝેશન એ ખરેખર તો વિચારોનું ચિત્ર દ્વારા મૂર્ત રૂપ છે, જે એ જ પ્રકારની તીવ્ર લાગણીઓ જન્માવે છે. જ્યારે તમે મનમાં કાલ્પનિક ચિત્ર દોરો છો ત્યારે બ્રહ્માંડમાં તમે સશક્ત ફ્રીક્વન્સી મોકલો છો. આકર્ષણનો નિયમ તમે જે સંકેત મોકલાવો છો તે સ્વીકારીને તમને તમારા ચિત્તમાં જોયેલાં હોય એ ચિત્રો પાછાં મોકલાવશે.

ડૉ. ડેનિસ વેટલી

મેં વિઝ્યુઅલાઈઝેશનની પ્રક્રિયા ઍપોલો પ્રોગ્રામમાંથી લીધી અને ૧૯૮૦ અને ૧૯૯૦ના દાયકામાં ઑલિમ્પિકમાં તેને સ્થાન આપ્યું. અને એને વિઝ્યુઅલ મોટર રિહર્સલ એવું નામ આપ્યું.

જ્યારે તમે માનસિક ચિત્ર બનાવો છો ત્યારે તમે એ ચીજ મેળવી લો છો. ચિત્ત અંગે રસ પડે એવી એક વાત જણાવું છું : અમે ઑલિમ્પિકના

> ખેલાડીઓને માનસિક રીતે એવી કલ્પના કરવાનું કહ્યું કે તેઓ દોડી રહ્યા છે. પછી તેમને અદ્યતન બાયોફીડબૅક સાધનો સાથે જોડ્યા. જેમ ખરેખર જ ટ્રૅક ઉપર દોડતા હોય અને અવયવોની જે હિલચાલ થાય એ રીતે એ જ ક્રમમાં ચિત્તમાં તેઓ દોડી રહ્યા હોય એવી કલ્પના કરીને તેમાં ઓતપ્રોત થવાનું જણાવ્યું. આમ કેવી રીતે બન્યું ? કારણ કે મગજ એવા ભેદ કરતું નથી જેમાં તમે ખરેખર દોડી રહ્યા છો કે પ્રૅક્ટિસ માટે દોડો છો. જે તમારા મનમાં છે તે શરીરમાં આવે જ છે.

શોધખોળ કરનારા વિજ્ઞાનીઓ અને તેમની શોધનો વિચાર કરો. રાઇટ બંધુઓ અને વિમાન. જ્યોર્જ ઇસ્ટમૅન અને ફિલ્મ. થોમસ ઍડિસન અને વીજળીનો બલ્બ. એલેકઝાન્ડર ગ્રેહામ બેલ અને ટેલિફોન. જે કંઈ શોધાયું છે કે સર્જાયું છે તે એટલા માટે કે કોઈ એક માણસે ચિત્તમાં તેનું ચિત્ર જોયું હતું. તેણે ચિત્ર સ્પષ્ટ રીતે જોયું હતું અને એ અંતિમ પરિણામ છે એ રીતે ચિત્રને ચિત્તમાં જકડી રાખ્યું, તેથી બ્રહ્માંડની શક્તિઓ તે વિજ્ઞાનીની મારફત એ શોધખોળને વિશ્વમાં લઈ આવ્યું.

આ લોકોને **રહસ્ય**નું જ્ઞાન હતું. આ એવા લોકો હતા જેમને અદશ્યમાં પૂરેપૂરો વિશ્વાસ હતો અને તેમની આંતરિક શક્તિઓનું ભાન હતું તેથી જ બ્રહ્માંડ સાથે સેતુ રચીને શોધખોળમાં તેમણે દશ્યમાન બનાવી હતી. તેમની શ્રદ્ધા તથા કલ્પના એ માણસજાતની ઉત્ક્રાંતિનું કારણ છે અને આપણે તેમનાં સર્જનાત્મક મગજની શોધનો રોજેરોજ ફાયદો લઈએ છીએ.

તમે એવું વિચારવા માંડશો, ''મારી પાસે આ વિજ્ઞાનીઓ જેવું મગજ નથી.'' તમે એવું પણ કહેશો, ''તેઓ આવી કલ્પના કરી શક્યા. હું તો ન કરી શકું.'' તમે સત્યથી દૂર છો. **રહસ્ય**ના જ્ઞાનનો તાગ મેળવવાનું ચાલુ રાખશો તો તમને સમજાઈ જશે, તમારી પાસે એવું ચિત્ત છે એટલું જ નહીં, બીજું પણ ઘણુંબધું છે !

માઈક ડૂલી

જ્યારે તમે કાલ્પનિક ચિત્ર સર્જો છો અને ચિત્તમાં એ ચિત્રને હંમેશાં રમતું રાખો છો ત્યારે અંતિમ પરિણામ તમને મળવાનું અને મળવાનું.

એક દાખલો આપું. તમારા હાથનો પાછળનો ભાગ જુઓ. હમણાં આ ક્ષણે જ. ખરેખર જ તમારા હાથનો પાછળનો ભાગ જુઓ. ચામડીનો રંગ, કરચલીઓ, લોહી લઈ જતી નસ, વીંટીઓ, આંગળીના નખ. આ બધી વિગતો નોંધી લો. હવે તમારી આંખો બંધ કરો. હાથ અને આંગળીઓ તમારી મનગમતી નવી કારના સ્ટિઅરિંગની સાથે વીંટળાયેલી જુઓ.

ડૉ. જો વિટાલ

આ તમારો પોતાનો અનુભવ છે. આ ક્ષણ તમને એટલી વાસ્તવિક લાગશે કે તમને એવું પણ નહીં લાગે કે તમારે કાર જોઈએ છે, કારણ કે તમને એવું લાગશે કે તમારી પાસે કાર છે જ.

ડૉ. વિટાલના શબ્દો ચતુરાઈપૂર્વક એવું સૂચવે છે કે જો તમે વિઝ્યુઅલાઈઝેશન દ્વારા તમારી જાતને જ્યાં સુધી લઈ જવા માગતા હો ત્યાં સુધી લઈ જઈ શકો છો. જ્યારે વાસ્તવિક જગતમાં આંખો ખોલો ત્યારે તમને આંચકો લાગે, ત્યારે સમજવું કે વિઝ્યુઅલાઈઝેશન ખરેખર જ થયું છે. એ જે સ્થિતિએ તથા સ્તરે થાય છે તે વાસ્તવિક છે. એ એક એવું ક્ષેત્ર છે જ્યાં દરેક વસ્તુ સર્જવામાં આવે છે. ભૌતિકરૂપે જે છે તે ખરેખરા સર્જનના ક્ષેત્રનું પરિણામ છે, તેથી જ તમને એવી લાગણી થાય છે કે તમને વધુની જરૂર નથી, કારણ વિઝ્યુઅલાઈઝેશન દ્વારા તમને વાસ્તવિક રીતે સર્જન થયું હોય એવો ભાવ જાગે છે. આ ક્ષેત્રમાં (વિઝ્યુઅલાઈઝેશનની શક્તિ દ્વારા) તમારી પાસે હવે બધું જ છે. તમને એવી લાગણી થશે ત્યારે તમને તે મળી પણ જશે.

જેક કેનફિલ્ડ

ખરેખર તો લાગણીને લીધે જ આકર્ષણ જન્મે છે, કલ્પનાચિત્ર કે વિચાર દ્વારા નહીં. ઘણા લોકો એવું વિચારતા હોય છે, "હું

હકારાત્મક રીતે વિચારું કે પછી મને જે જોઈએ છે તેનું કલ્પનાચિત્ર દોરું એ પૂરતું છે.'' તમે આ કરો પણ જો પૂરતી લાગણી ન જાગતી હોય કે પ્રેમ કે આનંદનો ભાવ ન જાગતો હોય તો આકર્ષણની શક્તિ ઉત્પન્ન થશે નહીં.

બૉબ ડૉયલ

તમે તમારી મનગમતી કારમાં બેઠા છો, એવા પ્રકારની લાગણી અનુભવવી જરૂરી છે. નહીં કે, 'હું ઇચ્છું કે મારી પાસે ગાડી હોય' અથવા 'ક્યારેક તો મારી પાસે ગાડી હશે.' સામાન્ય રીતે આ પ્રકારની લાગણી એની સાથે સંકળાયેલી છે. એમાં 'હાલ'નો ભાવ નથી, ભવિષ્યની વાત છે. જો તમે એવી જ લાગણી અનુભવો તો પછી એ ભવિષ્યમાં જ રહેશે.

માઇકલ બર્નાર્ડ બેકવિથ

હવે આ પ્રકારની લાગણી તથા આંતરદૃષ્ટિ દ્વારા એક દ્વાર ઊઘડશે. તેનાથી બ્રહ્માંડની શક્તિ પ્રગટશે.

> ''એ કઈ શક્તિ છે તે હું કહી નથી શકતો. મને એટલી ખબર છે કે એ અસ્તિત્વ ધરાવે છે.''
>
> ઍલેક્ઝાન્ડર ગ્રૅહામ બેલ (૧૮૪૭-૧૯૨૨)

જૅક કૅનફિલ્ડ

આપણું કામ 'કેવી રીતે'નો અંદાજ લગાડવાનું નથી. તમારી તેના પ્રત્યેની કટિબદ્ધતા તથા શ્રદ્ધા દ્વારા જ 'કેવી રીતે'નો જવાબ આપોઆપ મળી જશે.

માઈક ડૂલી

'કેવી રીતે' એ તો બ્રહ્માંડના અધિકારનું ક્ષેત્ર છે. સૌથી ટૂંકો, ઝડપી અને સમાધાનકારી રસ્તો, તમારી અને તમારી ઇચ્છિત વસ્તુ વચ્ચે કયો છે તેની તેને ખબર છે.

ડૉ. જો વિટાલ

જો તમે બ્રહ્માંડને બધું સોંપી દો તો તે તમને જે આપશે તેનાથી તમે આશ્ચર્યચકિત થઈ જશો. એને જાદુ અને ચમત્કાર જ કહી શકાય.

તમે વિઝ્યુઅલાઈઝેશન દ્વારા કઈ કઈ બાબતોને જાગ્રત કરો છો તેનાથી **રહસ્ય**ના શિક્ષકો માહિતગાર છે. તમારા ચિત્તમાં જ્યારે છબી ઊપસે છે અને તમે લાગણીથી તે અનુભવો છો ત્યારે તમે તમારી જાતને એ જગ્યાએ લાવી મૂકો છો જ્યાં તમારી ઇચ્છિત વસ્તુ તમારી પાસે હાલમાં આવી ગઈ છે એવું માનવા લાગો છો. તમે બ્રહ્માંડમાં શ્રદ્ધા અને વિશ્વાસ મૂકો છો, કારણ કે તમે અંતિમ પરિણામ પર ધ્યાન કેન્દ્રિત કરો છો અને તે પ્રમાણે અનુભવો છો. 'કેવી રીતે' એ બનશે એ જાણવાની સહેજેય પરવા કરતા નથી. તમારા ચિત્તમાં ચિત્ર એ રીતે જુઓ છો કે ઇચ્છિત વસ્તુ મળી ગઈ છે. તમારી લાગણી એવી છે, જે જુઓ છો તે સાચું છે. તમારું ચિત્ત તથા તમારું સમગ્ર અસ્તિત્વ, 'ખરેખર તે પ્રમાણે થયું છે' એમ માનીને જુઓ છો. આ કલ્પનાચિત્ર જોવાની કલા છે.

ડૉ. જો વિટાલ

તમારે દરરોજ આ કામ કરવું જોઈએ પણ ક્યારેય એ કામ બોજ ન બનવું જોઈએ. **રહસ્ય**ની બાબતમાં મહત્ત્વનું એ છે કે તમને સારું લાગવું જોઈએ. આ સમગ્ર પ્રક્રિયાથી રોમાંચ થવો જોઈએ. તમારે બને એટલા સંતોષી, આનંદી તથા સંવાદી રહેવું જોઈએ.

દરેક જણ પાસે વિઝ્યુઅલાઈઝેશનની શક્તિ હોય છે. કિચનના ચિત્રનો દાખલો આપી આ વાત હું સિદ્ધ કરું. તે માટે પહેલા તો તમારે તમારા કિચનના તમામ વિચારો મગજમાંથી બહાર કાઢવા પડશે. તમારા કિચનનો વિચાર નહીં કરો. તમારા કિચનનાં ચિત્રો મગજમાંથી દૂર કરો, કબાટો, ફ્રીઝ, ઓવન, ટાઇલ્સ તથા કલરસ્કીમ... બધું જ.

તમે તમારા કિચનનું કાલ્પનિક ચિત્ર તમારા મગજમાં જોયું. ખરું કે નહીં ? એટલે કે તમે હમણાં જ મનમાં કાલ્પનિક ચિત્ર જોઈ લીધું છે.

> "દરેક વ્યક્તિને જાણ હોય કે ન હોય, તેની પાસે કાલ્પનિક ચિત્ર જોવાની શક્તિ હોય છે. વિઝ્યુઅલાઈઝેશન એ સફળતાનું સૌથી મોટું રહસ્ય છે."
>
> જેનેવીવ બેહરેન્ડ (૧૮૮૧-૧૯૬૦)

વિઝ્યુઅલાઈઝેશન માટે એક ટિપ આપું છું જે ડૉ. જૉન ડેમાર્ટિની તેમના 'બ્રેક થ્રુ ઍક્સ્પીરિયન્સ'ના સેમિનારમાં આપતા હોય છે. જૉન કહે છે કે જો તમે તમારા ચિત્તમાં કોઈ એક સ્થિર ચિત્ર સર્જો તો તેને ટકાવી રાખવાનું અઘરું થઈ પડે. તેને બદલે ચિત્રને ખૂબ જ ગતિશીલ બનાવો.

આને સમજવા ફરીથી તમે કિચનની કલ્પના કરો અને આ વખતે તમે કિચનમાં દાખલ થાઓ છો એવી કલ્પના કરો. દાખલ થઈને તમે ફ્રીઝ પાસે જાઓ છો, દરવાજાના હૅન્ડલ પર હાથ મૂકો છો. દરવાજો ખોલો છો, અંદર ડોકિયું કરો છો, ઠંડા પાણીની બૉટલ જોઈને એને લેવા માટે હાથ લંબાવો છો. બૉટલ હાથમાં લો છો ત્યારે તેનો ઠંડો સ્પર્શ હાથમાં અનુભવો છો. તમારા એક હાથમાં પાણીની બૉટલ છે અને બીજે હાથેથી તમે ફ્રીઝનો દરવાજો બંધ કરો છો. હવે તમે કિચનની વસ્તુઓ તથા ગતિને આધારે વિઝ્યુઅલાઈઝેશન કરી રહ્યા છો, તેથી ચિત્રને જોવાનું, જાળવવાનું સહેલું બની જાય છે એવું ખરું કે નહીં ?

"ધારીએ છીએ એના કરતાં ઘણી વધુ શક્તિ તથા શક્યતાઓ આપણે સહુ ધરાવીએ છીએ અને વિઝ્યુઅલાઈઝેશન એ એવી મહાનતમ શક્તિઓમાંની એક છે."

જેનેવીવ બેહરેન્ડ

સશક્ત પ્રક્રિયાઓ સક્રિય બને છે

માર્સી શિમોફ

આ પ્રમાણે જાદુઈ જીવન જીવતા લોકો, અને બાકીના અન્ય લોકો વચ્ચે એટલો જ ફરક છે કે જેમણે જીવનના જાદુનો અનુભવ કર્યો છે, તેમણે અસ્તિત્વનો માર્ગ નક્કી કરી લીધો છે. આકર્ષણના નિયમનો ઉપયોગ કરવાની તેમણે આદત બનાવી દીધી હોય છે. તેઓ જ્યાં જ્યાં જાય છે ત્યાં જાદુ થાય છે, કારણ કે તેઓ તેનો ઉપયોગ કરવાનું જાણે છે. માત્ર કોઈ એક જ ઘટના માટે નહીં, પણ હંમેશાં તેઓ તેનો ઉપયોગ કરે છે.

અહીં બે સાચી બનેલી વાત રજૂ કરું છું, જે આકર્ષણના શક્તિશાળી નિયમ તથા બ્રહ્માંડની સક્રિયતાની ચોક્કસ અસરકારકતાનો પરિચય કરાવે છે.

પહેલી કથા જૅની નામની એક સ્ત્રીની છે, જે *'ધી સિક્રેટ'*ની ડીવીડી લઈ આવી હતી અને દરરોજ એક વાર તેને જોતી હતી, જેથી ફિલ્મનો સંદેશો તેના શરીરના કોષોમાં પ્રસરી જાય. ખાસ કરીને તે બૉબ પ્રૉક્ટરથી વધુ પ્રભાવિત હતી અને એવું વિચારતી હતી કે તેને મળવાનું થાય તો કેવી મજા આવી જાય !

એક સવારે જ્યારે તેણે મેલ બૉક્સમાંથી પોતાની ટપાલ લીધી ત્યારે તેના આશ્ચર્યનો પાર ન રહે એવી એક ઘટના બની. ટપાલીએ બૉબ પ્રૉક્ટરની એક ટપાલ આકસ્મિક રીતે તેના મેલ બૉક્સમાં નાખી દીધી હતી. જૅનીને એ વાતની જાણ નહોતી કે બૉબ પ્રૉક્ટર તેના બ્લૉકથી ચાર બ્લૉક જ દૂર રહેતા હતા ! એટલું જ નહીં, જૅનીના ઘરનો નંબર એ જ

હતો જે બૉબ પ્રૉક્ટરના ઘરનો હતો ! તે તરત જ ટપાલ લઈને એના ખરા ઍડ્રેસ પર પહોંચાડવા નીકળી પડી. તમે તેના આનંદની કલ્પના કરી શકો. જ્યારે દરવાજો ખૂલ્યો ત્યારે બૉબ પ્રૉક્ટર તેની સામે ઊભા હતા ! બૉબ તેમનાં પ્રવચનો અંગે દુનિયાભરમાં ફરતા હોય છે તેથી તેઓ ભાગ્યે જ ઘરમાં હાજર હોય છે, પણ બ્રહ્માંડના આયોજનમાં સમયની ચુસ્ત પાબંદી હોય છે. જેનીને વિચાર આવેલો કે બૉબ પ્રૉક્ટરને મળવાની કેવી મજા આવે. આકર્ષણના નિયમે લોકો, સંજોગો અને બનાવોને બ્રહ્માંડ મારફતે સક્રિય કર્યા તેથી તે શક્ય બન્યું.

બીજી કથા કોલિન નામના દસ વર્ષના છોકરાની છે. કોલિને *'ધી સિક્રેટ'* ફિલ્મ જોઈ હતી અને તેને તે ગમી હતી. એક વાર કોલિનનું કુટુંબ ડિઝની વર્લ્ડની એક અઠવાડિયાની મુલાકાતે ગયું હતું. પહેલે જ દિવસે તેમને પાર્કમાં લાંબી લાંબી લાઇનનો અનુભવ થયો. તે રાત્રે જ્યારે કોલિન સૂતો ત્યારે ઊંઘતા પહેલાં તેને વિચાર આવ્યો, ''આવતી કાલે હું મોટી મોટી રાઇડમાં જવા માગું છું અને ઇચ્છું છું કે લાઇનમાં ઊભા રહેવું ના પડે.''

બીજે દિવસે સવારે જ્યારે કોલિન અને તેનું કુટુંબ એપ્કોટ સેન્ટરના દરવાજા પાસે ઊભા હતા અને જ્યારે દરવાજો ખોલ્યો ત્યારે ડિઝનીનો એક કર્મચારી તેમની પાસે આવ્યો અને જણાવ્યું કે એપ્કોટની મુલાકાતે આવેલું પહેલું કુટુંબ તેમનું હતું. ફર્સ્ટ ફૅમિલી તરીકે તેઓની વીઆઇપી ઢબે સરભરા કરવામાં આવશે. તેમની સાથે સ્ટાફનો એક માણસ છેલ્લે સુધી સાથે રહેશે અને એપ્કોટની મોટી મોટી રાઇડમાં તેમને વિનામૂલ્યે પ્રવેશ મળશે. કોલિને જે પ્રમાણે ઇચ્છ્યું હતું તે જ પ્રમાણે બધું બરાબર થયું હતું, ઉપરાંત કંઈક વધારે મળ્યું હતું.

એપ્કોટના પ્રવેશદ્વાર પાસે સેંકડો કુટુંબો તે દિવસે સવારે ઊભાં હતાં, પણ કોલિનને એ વાતમાં જરાય શંકા નહોતી કે 'ફર્સ્ટ ફૅમિલી' તરીકે શા માટે તેમના કુટુંબની પસંદગી થઈ હતી. એની એને જાણ હતી કે **રહસ્ય**ના પ્રયોગને લીધે જ તેમ થયું હતું.

તમે કલ્પના કરો, દસ વર્ષની વયે તેણે શોધી નાખ્યું કે માણસના મનમાં દુનિયાને હલાવવાની તાકાત રહેલી છે, આ કંઈ નાનીસૂની વાત કહેવાય ?

> "તમે તમારા મનમાં દોરેલા દશ્યને નક્કરરૂપ થતાં કોઈ રોકી શકે નહીં, સિવાય એ કે જેણે એ તાકાતને જન્મ આપ્યો છે એટલે કે તમે."
>
> જેનેવીવ બેહરેન્ડ

જેમ્સ રે

લોકો થોડી પળો માટે તેને માને છે અને તેમાં પાવરધા બની જાય છે. તેઓ કહે છે, "હું રોમાંચિત છું. આ કાર્યક્રમ મેં જોયો છે અને હું મારી જિંદગી બદલવા માગું છું." અને છતાં એનું પરિણામ આવતું દેખાતું નથી. સપાટીની નીચેથી બધું ઉપર ધસી આવવા તૈયાર હોય છે, પણ વ્યક્તિ માત્ર સપાટી પરનું પરિણામ જોઈને કહેશે, "આ વસ્તુ કામ નથી આપતી" અને તો પછી શું થાય ? બ્રહ્માંડ કહે છે, "તમારી ઇચ્છા એ મારો હુકમ છે." અને એ અદશ્ય થઈ જાય છે.

જેવો તમારા મનમાં તમે શંકાભર્યો એક વિચાર પ્રવેશવા દો છો તેવો જ આકર્ષણનો નિયમ એક પછી એક શંકાભર્યા વિચારો મોકલાવી દેશે. તમારા મનમાં જે ક્ષણે શંકા જાગે તે પળે તેને દૂર કરો. એ વિચારને રસ્તો દેખાડી દો. એને બદલે એવું વિચારો, "મને ખબર છે કે હવે મને તે મળશે." એ પ્રમાણે અનુભવો.

જોન અસારાફ

આકર્ષણના નિયમ વિશે જાણ્યા પછી મારે એને અજમાવી જોવો હતો અને શું બને છે તે જોવું હતું. ૧૯૯૫ની સાલમાં જેને કંઈક અંશે 'વિઝન બોર્ડ' કહી શકાય તે બનાવવાનું મેં શરૂ કર્યું. જેમાં હું મારી ઇચ્છિત વસ્તુઓને સ્થાન આપી શકું. હું જે મેળવવા માગું છું અથવા એવું કંઈક જેને હું આકર્ષવા માગું છું જેમ કે ગાડી અથવા

ઘડિયાળ અથવા તો મારા સપનાનો જીવનસાથી અને પછી હું મારી જોઈતી વસ્તુઓનાં ચિત્રો બોર્ડ પર મૂકવા લાગ્યો. દરરોજ મારી ઑફિસમાં બેસીને હું એ બોર્ડ ઉપર નજર નાખતો અને તેને નજરોનજર જોવાનું શરૂ કરતો. હું એવી અવસ્થામાં મારી જાતને મૂકતો જાણે કે એ વસ્તુઓ મને મળી ગઈ છે.

મારે શહેર બદલવાની જરૂરિયાત ઊભી થઈ. અમે બધું ફર્નિચર તથા બધાં બૉક્સ સ્ટોરરૂમમાં મૂક્યાં. પાંચ વર્ષમાં મેં ત્રણ જગ્યાઓ બદલી. પછી હું કૅલિફોર્નિયામાં સ્થિર થયો અને આ ઘર મેં ખરીદ્યું. એક વર્ષ સુધી તેનું રિનોવેશન ચાલ્યું. મારાં પાંચ વર્ષ અગાઉના ઘરમાં રાખેલો બધો સામાન મંગાવી લીધો. એક દિવસ સવારમાં મારો દીકરો કીનન મારી ઑફિસમાં આવ્યો. તે વખતે પાંચ વર્ષ અગાઉ સીલ કરેલું એક બૉક્સ દરવાજા પાસે પડ્યું હતું. તેણે પૂછ્યું, ''ડેડી, આ બૉક્સમાં શું છે ?' મેં કહ્યું, 'એમાં બધાં મારાં વિઝન બોર્ડ છે.' એણે પૂછ્યું, 'વિઝન બોર્ડ એટલે શું ?' મેં કહ્યું, 'એમાં હું મારા બધા લક્ષ્યો લખતો. હું કાપીને પ્રત્યેક વસ્તુનાં ચિત્રો જેને હું મેળવવા ઇચ્છતો હતો તે તેમાં લગાડતો. અલબત્ત સાડા પાંચ વર્ષની વયે મેં જે કહ્યું એ સમજવાની એની ક્ષમતા નહોતી. તેથી મેં કહ્યું, 'દીકરા, ચાલ હું તને દેખાડું. સૌથી સહેલો રસ્તો એ જ છે.'

મેં બૉક્સ ખોલ્યું. એક વિઝન બોર્ડ ઉપર એક ઘરનું ચિત્ર હતું જે ઘર પાંચ વર્ષ અગાઉ હું ખરીદવા ઇચ્છતો હતો. આશ્ચર્ય આપે એવી ઘટના એ હતી કે એ ઘર એ જ હતું જેમાં અમે હાલમાં રહેતા હતા ! મેં માત્ર ઘર ખરીદ્યું નહોતું, મેં મારા સપનાનું ઘર ખરીદ્યું હતું. મેં એ ઘરનું રિનોવેશન કરાવ્યું અને રહેવા આવી ગયા છતાં તેનો મને ખ્યાલ નહોતો. એ ઘરનું ચિત્ર જોઈને મને રડવું આવી ગયું, કારણ કે હું એકદમ લાગણીશીલ બની ગયો હતો. કીનનને પૂછ્યું, 'પપ્પા, શા માટે રડો છો ?'' છેવટે હું સમજ્યો કે આકર્ષણનો નિયમ કેવી રીતે કામ કરે છે. વિઝ્યુઅલાઈઝેશનની તાકાતનો મને અંદાજ આવ્યો. અંતે મેં જે કંઈક વાંચ્યું હતું, જીવનભર જેનાં થકી કામ કર્યું હતું, જે રીતે મેં કંપનીઓ ઊભી કરી હતી અને સપનાનું ઘર ખરીદવા છતાં જેની મને ખબર નહોતી તે બધું મને સમજાવા લાગ્યું.

"કલ્પના એ સર્વસ્વ છે. જીવનમાં આવનારા આકર્ષણનો એ પ્રિવ્યૂ છે."

આલ્બર્ટ આઈન્સ્ટાઈન (૧૮૭૯-૧૯૫૫)

વિઝન બોર્ડની મદદથી તમે તમારી કલ્પનાને પ્રજ્વલિત કરી શકો. તમને જે વસ્તુઓ જોઈતી હોય અને જીવનને જે રીતે આકાર આપવો હોય એ બધું વિઝન બોર્ડ પર ચિત્રો સ્વરૂપે મૂકો. જૉન અસારાફે કર્યું હતું તેમ વિઝન બોર્ડ એ રીતે મૂકો કે દરરોજ તેના ઉપર નજર પડે. તમારી પાસે વસ્તુઓ છે જ એવી લાગણી અનુભવો. જેવી તમને તે વસ્તુઓ મળી જાય ત્યારે આભાર વ્યક્ત કરીને વિઝન બોર્ડ પરથી તે ચિત્રો કાઢીને નવાં મૂકો. બાળકોને આકર્ષણનો નિયમ સમજાવવા માટે આ ઉત્તમ રસ્તો છે. મારું માનવું છે કે વિઝન બોર્ડ બનાવવાથી વિશ્વભરનાં માતા-પિતા અને શિક્ષકોને પ્રેરણા મળશે.

"ધ સિક્રેટ" વેબસાઇટ ફોરમના એક ભાઈએ તેના વિઝન બોર્ડ ઉપર *"ધ સિક્રેટ"*ની ડીવીડીનું ચિત્ર મૂક્યું. તેણે ધ *સિક્રેટ* જોઈ હતી, પણ તેની ડીવીડી ખરીદી નહોતી. તેણે વિઝન બોર્ડ ઉપર તે મૂક્યા પછી બે દિવસ બાદ મને સ્ફૂરણા થઈ કે ધ સિક્રેટ ફોરમની વેબસાઇટને પ્રતિસાદ આપનારા પહેલા દસ લોકોને ડીવીડી ભેટ આપીએ. એ દસમાં પેલા ભાઈને સ્થાન મળી ગયું ! ધ સિક્રેટની ડીવીડીનું ચિત્ર બોર્ડ પર મૂક્યા પછી બે જ દિવસમાં તેને તે મળી ગઈ હતી. ધ સિક્રેટની ડીવીડી હોય કે ઘર હોય પણ તેને સર્જવાનો તથા મેળવવાનો આનંદ અદ્ભુત હોય છે !

વિઝ્યુઅલાઈઝેશનના અનુભવનું જ્વલંત ઉદાહરણ મારી માતાનું ઘર ખરીદવા અંગેનું છે. જે ઘર તેમને ખરીદવું હતું તેને માટે મારી માતા ઉપરાંત બીજા લોકોએ પણ બોલી લગાવી હતી. મારી માતાએ ઘર માટે **રહસ્ય**નો પ્રયોગ કરવાનું નક્કી કર્યું. તેણે બેસીને તેના નામ સાથે આ નવા ઘરનું એડ્રેસ વારંવાર લખ્યું. જ્યાં સુધી એ ઘર તેનું પોતાનું ન

થયું ત્યાં સુધી તેણે એમ કરવાનું ચાલું રાખ્યું. પછી તો તેણે નવું ઘર ફર્નિચરથી સજાવવાની કલ્પના કરી. આમ કર્યા પછી થોડા જ કલાકોમાં મકાનમાલિકનો ફોન આવ્યો કે તેની ઑફર તેમને સ્વીકાર્ય છે. તે રોમાંચિત થઈ ગઈ, પણ તેને તે વાતનું જરા પણ આશ્ચર્ય થયું નહીં કેમ કે તેને ખાતરી હતી કે ઘર તેનું હતું. કેવું અજાયબ !

જેક કેનફિલ્ડ

શું જોઈએ તે નક્કી કરી લો. તમે એ મેળવશો એવો ભરોસો રાખો. તમારે માટે આ શક્ય છે. પછી દરરોજ થોડીક મિનિટો સુધી તમારી આંખો બંધ રાખીને તમારી જોઈતી વસ્તુ તમારી પાસે છે એવું મનમાં ચિત્ર બનાવીને જુઓ. તમારી પાસે એ છે જ એવો ભાવ અનુભવો. એમાંથી બહાર આવ્યા પછી તમે એ પ્રાપ્તિના આનંદ માટે આભાર વ્યક્ત કરો. પછી તમે તમારા કામે લાગો અને તેને બ્રહ્માંડને સોંપી દો. બ્રહ્માંડમાં ભરોસો રાખો કે એ તમને જરૂર મેળવી આપશે.

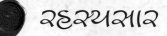

રહસ્યસાર

- અપેક્ષા એ સૌથી વધુ શક્તિશાળી તાકાત છે. તમને જેની જરૂર છે તેની અપેક્ષા રાખો, તમને જે ન જોઈતું હોય તેની સહેજ પણ અપેક્ષા રાખશો નહીં.

- આભારની લાગણી એ તમારી ઊર્જા બદલવાની અને જીવનમાં મનગમતી ચીજ લાવવાની શક્તિશાળી પ્રક્રિયા છે. તમારી પાસે જે છે તેનો આભાર માનવાથી તમે વધારે સારી ચીજને આકર્ષી શકશો.

- તમારી ઇચ્છાઓ માટે અગાઉથી આભાર માનવાની આદત બ્રહ્માંડને શક્તિશાળી સંકેત આપવામાં મદદરૂપ થાય છે.

- વિઝ્યુઅલાઈઝેશન એવી પ્રક્રિયા છે જેના દ્વારા તમને જોઈતી વસ્તુઓનાં દૃશ્યો તમે તમારા ચિત્તમાં દોરી શકો છો. જ્યારે તમે વિઝ્યુઅલાઈઝ કરો છો ત્યારે તમે શક્તિશાળી વિચારો તથા લાગણીઓ દ્વારા તમારી પાસે વસ્તુ છે એવો સંદેશો આપો છો. આકર્ષણનો નિયમ એ વસ્તુને વાસ્તવિક રીતે, જેવી તમે ચિત્તમાં જોઈ હોય તેવી સાકાર કરી આપે છે.

- આકર્ષણના નિયમનો સતત લાભ લેવા માટે તેને માત્ર એક વખતની ઘટના ન બનાવો પરંતુ તેની આદત કેળવો.

- દરરોજ રાત્રે સૂતાં પહેલાં દિવસભર બનેલા બનાવોની નોંધ લો. કોઈ બનાવ કે પળો તમારી અપેક્ષા મુજબ ન હોય તો તમને જે રીતે એ જોઈએ છે તે રીતે તમારા ચિત્તમાં તેને બદલી નાંખો.

ધનનું રહસ્ય

"મગજ જે વસ્તુની કલ્પના કરી શકે તેને તે પ્રાપ્ત પણ કરી શકે."

ડબ્લ્યુ. ક્લિમેન્ટ સ્ટોન (૧૯૦૨-૨૦૦૨)

જેક કેનફિલ્ડ

રહસ્યએ ખરેખર મારી જિંદગી બદલી નાંખી, કારણ કે મારો ઉછેર નકારાત્મક વલણ ધરાવતા પિતાને ત્યાં થયો હતો. તેઓ માનતા કે ધનિકો અન્ય લોકોને છેતરીને જ ધનિકો બને છે. જેમની પાસે પૈસો છે તેમણે ચોક્કસ કોઈને છેતર્યા હોવા જોઈએ. તેથી પૈસા અંગે મારા મનમાં ઘણી ખોટી માન્યતાઓ હતી, જેમ કે પૈસાથી માણસ વંઠી જાય છે, દુષ્ટ માણસો પાસે જ પૈસો હોય છે, પૈસા કંઈ ઝાડ પર ઊગતા નથી. 'તું એવું માને છે કે હું રોકફેલર છું ?' એ મારા પિતાનું ગમતું વાક્ય હતું. તેથી હું એવા વિશ્વાસ સાથે ઊછર્યો કે જીવન ઘણું મુશ્કેલીભર્યું છે. પછી જ્યારે હું ડબ્લ્યુ ક્લિમેન્ટ સ્ટોનને મળ્યો, ત્યારથી મારા જીવનમાં પરિવર્તન આવવા લાગ્યું.

સ્ટોનની સાથે હું કામ કરતો હતો ત્યારે તેમણે મને કહ્યું, "તમે તમારા જીવનમાં એટલું ઊંચું લક્ષ્ય રાખો કે જ્યારે તમે તે સિદ્ધ કરો ત્યારે તમારું ચિત્ત ચકરાઈ જાય અને તમને એ વાતની પણ ખાતરી થાય કે મેં તમને શીખવ્યું હતું તેથી જ તમે એ લક્ષ્ય સિદ્ધ કરી શક્યા." તે વખતે વરસ દરમિયાન હું આઠ હજાર ડૉલર કમાઈ લેતો હતો તેથી મેં કહ્યું, "મારે વરસ દરમિયાન એક લાખ ડૉલર કમાવા છે." હવે મને તો ખબર જ નહોતી કે એ કેવી રીતે શક્ય બનશે. એવી કોઈ યોજના કે શક્યતા પણ દેખાતી નહોતી તેમ છતાં મેં કહ્યું, "હું એની કબૂલાત કરું છું, હું એમાં વિશ્વાસ રાખું છું, હું એવી રીતે વર્તીશ જાણે મેં એ મેળવી લીધા છે. બ્રહ્માંડને આ વિચાર પહોંચાડું છું." અને મેં તે પ્રમાણે કર્યું.

તેમણે મને એક વસ્તુ શીખવાડી હતી. દિવસમાં એક વાર તમારે આંખો બંધ કરીને તમારા લક્ષ્યનું સ્પષ્ટ ચિત્ર મનમાં જોવાનું. જાણે કે એ તમને તે મળી ગયું હોય. ખરેખર તો મેં એક લાખ ડૉલરની નોટ બનાવીને સીલિંગ પર ચોંટાડી હતી તેથી સવારમાં ઊઠું તેવું તરત મારું ધ્યાન તેના પર જાય અને મને એ વાત યાદ રહે કે આ મારું લક્ષ્ય છે. પછી હું મારી આંખો બંધ કરીને એક લાખ ડૉલરની જીવનશૈલીનું વિઝ્યુઅલાઈઝેશન કરતો. જોવાની વાત એ છે કે ત્રીસ દિવસ સુધી આ બાબતમાં કંઈ જ બન્યું નહોતું. મને એવા ક્રાંતિકારી વિચારો પણ નહોતા આવ્યા અને મને કોઈએ વધારે પૈસાવાળા વ્યવસાયની ઑફર પણ નહોતી કરી.

ચાર અઠવાડિયાં બાદ મારા મનમાં એક લાખ ડૉલરનો એક વિચાર આવ્યો. આમ જ મારા મનમાં એ વિચાર આવ્યો. મેં એક પુસ્તક લખ્યું હતું તેથી મેં કહ્યું, "જો હું આની ચાર લાખ નકલો વેચું તો નકલ દીઠ પચ્ચીસ સેન્ટને હિસાબે એક લાખ ડૉલર કમાઈ શકું." જોકે આ પુસ્તક તો પહેલાં પણ હતું, પણ મને એવો વિચાર નહોતો આવ્યો. (રહસ્યની એક વાત એ છે કે જો તમને કોઈ પ્રેરણાત્મક વિચાર આવ્યો હોય તો તમારે તેનામાં વિશ્વાસ રાખીને અમલમાં

મૂકવો જોઈએ.) મને પોતાને ખબર નહોતી કે ચાર લાખ નકલો હું કેવી રીતે વેચી શકીશ. પછી મેં સુપર માર્કેટમાં 'નૅશનલ ઇન્કવાયરર' જોયું. એમ તો આ પહેલાં મેં હજારો વાર તેને જોયું હશે, પણ એ સ્ટોરમાં પાછળની બાજુએ પડ્યું રહેતું હતું. અચાનક મારા મનમાં એક વિચાર આવ્યો. મને થયું, 'જો વાચકો મારા પુસ્તક વિશે જાણે તો ચાર લાખ લોકો જરૂર એ પુસ્તક ખરીદશે.'

છ અઠવાડિયાં બાદ ન્યૂયૉર્કની હન્ટર કૉલેજમાં છસો શિક્ષકો સમક્ષ મેં એક પ્રવચન આપ્યું. તે પછી એક સ્ત્રી મારી પાસે આવી અને બોલી, 'મહાન વક્તવ્ય હતું. હું તમારો ઇન્ટરવ્યૂ લેવા માગું છું. હું તમને મારું કાર્ડ આપું છું.' વાત એમ હતી કે તે એક ફ્રીલાન્સ પત્રકાર અને તે 'નૅશનલ ઇન્કવાયરર'માં લેખ લખતી હતી. મારા મનમાં 'ધી ટ્વાઇલાઇટ ઝોન'નો વિચાર ઝબક્યો. મને થયું, ગજબ કહેવાય. રહસ્યની યોજના કામ કરી રહી હોય એવું લાગે છે. એ આર્ટિકલ છપાયો અને મારા પુસ્તકનું વેચાણ ખૂબ વધવા લાગ્યું.

અહીં એક વાત એ સ્પષ્ટ કરવા માગું છું તે, હું એ બધી ઘટનાઓને આકર્ષી રહ્યો હતો, જેમાં પેલી પત્રકાર સ્ત્રી પણ આવી જાય. ટૂંકમાં કહું તો, તે વર્ષે મેં એક લાખ ડૉલરનું લક્ષ્ય સિદ્ધ નહોતું કર્યું. અમે ફક્ત બાણું હજાર ત્રણસો સત્તાવીસ ડૉલર જ કમાઈ શક્યા, પણ તેનો અર્થ એ નથી કે અમે હતાશ થઈ ગયા અને કહેવા લાગ્યા, 'યોજના કામ નથી કરતી.' અમે તો કહ્યું, 'આ તો આશ્ચર્યજનક કહેવાય.' મારી પત્નીએ કહ્યું, 'જો એક લાખ ડૉલર માટે યોજના કામ કરતી હોય તો પછી દસ લાખ ડૉલર માટે કેમ નહીં ?' મેં કહ્યું, 'મને ખબર નથી. ચાલ, આપણે પ્રયોગ કરીએ.'

મારા પ્રકાશકે મારી 'ચિકન સૂપ ફૉર ધ સોલ' શ્રેણીના પ્રથમ પુસ્તકનો ચેક મોકલાવ્યો. તેમની સહીમાં તેમણે સ્માઈલી બનાવ્યું, કારણ કે સૌપ્રથમ વાર તેઓએ કોઈને દસ લાખ ડૉલરનો ચેક આપ્યો હતો !

આ રીતે મેં સ્વાનુભવથી જાણ્યું, કેમ કે મને ખાતરી થઈ ગઈ કે ***રહસ્ય*** *ખરેખર કામ કરે છે. અમે પ્રયોગ કર્યો. એ સંપૂર્ણપણે કામ કરે છે અને એ દિવસ પછી હું ભવ્ય જીવનની મજા માણું છું.*

રહસ્યના જ્ઞાનને અને આકર્ષણના નિયમને જીવનના દરેક ક્ષેત્રમાં લાગુ કરી શકાય છે. તમને જોઈતી દરેક ચીજ માટે આ પ્રક્રિયા લાગુ કરી શકાય છે. પૈસો પણ એમાં અપવાદ નથી.

પૈસાને આકર્ષવા માટે તમારે સંપત્તિ ઉપર ધ્યાન કેન્દ્રિત કરવું પડે. જો તમે ધનના અભાવનું જ રટણ કર્યે રાખો તો તમારા જીવનમાં ધન આવી શકે નહીં, કારણ તમે ધનના અભાવનો જ વિચાર કર્યે રાખો છો. તમારું ધ્યાન ધનના અભાવ પર જ કેન્દ્રિત હોય તો પછી તમે એવા અણધાર્યા ધનના અભાવના સંજોગો જ સર્જતા રહેવાના. શ્રીમંત બનવા માટે તમારે અઢળક નાણાં પર ધ્યાન કેન્દ્રિત કરવું પડશે.

તમારે તમારા વિચારોમાં પરિવર્તન લાવીને નવો સંકેત આપવો પડશે અને એ વિચારો એટલે કયા વિચારો ? તમારે લખલૂટ ધન પર ધ્યાન કેન્દ્રિત કરવું પડશે. તમારે ખરેખર તમારી કલ્પનાશક્તિને કામે લગાડવી પડશે અને એવું વિચારવું પડશે કે તમને જોઈએ છે તેના કરતાં પણ વધારે પૈસા તમારી પાસે છે અને આ તો મજા પડે તેવી વાત છે ! શ્રીમંત હોવાનું નાટક કરીને તથા તેવો ખેલ ખેલીને તમને સારું લાગશે અને આ સારું લાગવાની લાગણીને લીધે તમારા જીવનમાં ધનનો પ્રવાહ આવવા લાગશે.

જેકની અદ્‌ભુત અનુભવગાથામાંથી પ્રેરણા લઈને **ધ સિક્રેટ**ની ટીમે તેમની વેબસાઇટ પર (www.thesecret.tv) કોરો ચેક બનાવીને મૂક્યો છે, જે વિનામૂલ્ય ડાઉનલોડ કરી શકાય છે. આ કોરો ચેક તમારે માટે જ છે અને એ 'બૅન્ક ઑફ યુનિવર્સ'નો ચેક છે. તમે તમારું નામ લખીને, જોઈતી રકમ અને વિગતો ભરીને એવી કામની જગ્યાએ રાખો જેથી રોજ તેના પર તમારું ધ્યાન જાય. તમે એ ચેકને જુઓ, તમારી પાસે એટલી રકમ

છે એવી લાગણી અનુભવો. એ રકમમાંથી તમે તમારી ઇચ્છિત વસ્તુઓ તથા યોજનાઓ પાછળ ખર્ચો કરવા લાગ્યા છો એવી કલ્પના કરો. કેવી ગજબની એ લાગણી હોય છે, એનો જાતે જ અનુભવ કરો. તમે માગો એટલે હાજર છે. અમને એવી સેંકડો વાતો જાણવા મળી જેમાં **ધ સિક્રેટ**ના ચેકનો ઉપયોગ કરીને લોકોએ મોટી રકમ બનાવી હોય ! આ મજાક લાગતી રમત પણ કામ કરે છે !

સમૃદ્ધિને આકર્ષો

કોઈ વ્યક્તિ પાસે પૂરતા પૈસા ન હોય તો તેનું એક જ કારણ હોઈ શકે. તે પોતે જ પોતાના વિચારો દ્વારા પૈસાને આવતા રોકે છે. કોઈ પણ પ્રકારનો નકારાત્મક વિચાર, ભાવ કે અનુભવ વસ્તુઓને તમારી તરફ આવતી રોકે છે, એમાં પૈસાનો પણ સમાવેશ થઈ જાય છે. એવું નથી કે બ્રહ્માંડ તમને પૈસા આપવા માગતું નથી, કારણ તમને જેટલા પૈસાની જરૂર છે તે અત્યારે તો અદૃશ્ય રીતે તો હાજર છે જ. તમારી પાસે પૂરતું ધન નથી, કારણ ધનના પ્રવાહને તમે તમારા તરફ આવતો રોકો છો. આ તમે તમારા વિચારો દ્વારા કરો છો. તમારા વિચારોને ધનના અભાવ તરફથી પારાવાર સમૃદ્ધિ તરફ વાળવા પડશે. અભાવને બદલે અઢળક નાણાંનો વિચાર કરો તો પલ્લું તે તરફ ઝૂકશે.

પૈસાની જરૂરિયાત અનુભવવી એ એક સશક્ત લાગણી છે. તેથી દેખીતી રીતે આકર્ષણના નિયમ અનુસાર તમે વધારે ને વધારે ધનને આકર્ષશો.

પૈસા અંગે હું મારા પોતાના અનુભવની વાત કરું. **રહસ્ય**ની ખબર પડી તે પહેલાં મારા એકાઉન્ટન્ટે મને કહ્યું કે તે વરસે મારી કંપનીએ મોટી ખોટ ખાધી છે અને ત્રણ મહિનામાં તેનું અસ્તિત્વ રહેશે કે કેમ તે પણ પ્રશ્ન બની રહેશે. દસ વર્ષના સખત પરિશ્રમ બાદ મારી કંપની મારા હાથમાંથી સરી પડવાની તૈયારીમાં હતી. કંપનીને બચાવવા માટે ઘણી મોટી રકમની જરૂર હતી. હાલત બહુ ખરાબ હતી. કોઈ રસ્તો સૂઝતો નહોતો.

પછી મેં **રહસ્ય**ની શોધ કરી. એની સાથે મારા જીવનની દરેક ચીજ, મારી કંપનીની હાલત સુધ્ધાં ધરમૂળથી બદલાઈ ગઈ, કારણ કે મેં વિચારવાનો અભિગમ બદલ્યો હતો. મારો એકાઉન્ટન્ટ કંપનીના બૅલેન્સના આંકડા માટે સતત ચિંતામાં રહેતો, પણ મેં મારું ચિત્ત સમૃદ્ધિમાં અને હાલત સુધારવામાં પરોવ્યું હતું. મને અસ્તિત્વના કણકણમાં વિશ્વાસ હતો કે બ્રહ્માંડ આપ્યા વિના નહીં રહે અને તેમ જ થયું. જેની કલ્પના પણ ન થઈ શકે એ રીતે તેણે આપ્યું. નિરાશાની ક્ષણો પણ આવતી હતી, પણ જ્યારે શંકા જાગતી હતી ત્યારે તરત જ હું વિચારોને મારી જોઈતી વસ્તુના પરિણામ તરફ વાળતી. મેં તે માટે આભાર માન્યો. આનંદનો અનુભવ કર્યો. મને વિશ્વાસ બેઠો.

રહસ્યના રહસ્યની વાત હું તમને કરવા માગું છું. તમારા જીવનમાં કંઈ પણ મેળવવાનો ટૂંકામાં ટૂંકો રસ્તો એ કે તમે **ખુશ થાઓ** અને **ખુશીનો અનુભવ કરો**. તમારા જીવનમાં પૈસો કે મનગમતી ચીજ મેળવવાનો ઝડપીમાં ઝડપી રસ્તો પણ એ છે. આનંદ અને સુખની લાગણીને બ્રહ્માંડમાં મોકલવા પર ધ્યાન કેન્દ્રિત કરો. તમે આ પ્રમાણે કરશો તો તમને આનંદ અને સુખ આપનારી વસ્તુઓને તમારા તરફ આકર્ષી શકશો. તેમાં અઢળક પૈસો તથા તમને જોઈતી તમામ વસ્તુઓનો સમાવેશ થાય છે. તમે કઈ વસ્તુઓ મેળવવા માગો છો તેનો સંકેત તમારે પહોંચાડવાનો રહેશે. જ્યારે તમે સુખની લાગણીઓ મોકલશો એટલે બ્રહ્માંડ તમને તમારી મનગમતી ચીજ મોકલશે. આકર્ષણનો નિયમ તમારા સૌથી અંદરના વિચારો તથા સંવેદનાનો પ્રતિભાવ આપ્યા વિના નહીં રહે.

સમૃદ્ધિ ઉપર ધ્યાન કેન્દ્રિત કરો

ડૉ. જો વિટાલ

મોટા ભાગના લોકો શું વિચારતા હોય છે તેની હું કલ્પના કરી શકું છું. ‘‘મારા જીવનમાં વધારે પૈસા કેવી રીતે આવે ? કડકડતી નોટ મને વધારે કેવી રીતે મળે ? વધારે સંપત્તિ અને સમૃદ્ધિ કેવી રીતે મળે ? મને મારી નોકરી પસંદ છે, પણ ક્રેડિટ કાર્ડનું દેવું હું કેવી રીતે ચૂકવીશ ? મને થાય છે કે મારા વ્યવસાયને કારણે થતી આવક તો મર્યાદિત છે ? મારી આવક વધુ કેવી રીતે થઈ શકે ? વધારેની આશા હું કેવી રીતે સેવું ?’’

આ વિશેની વાત વારંવાર **રહસ્ય**માં કરવામાં આવી છે. બ્રહ્માંડના કૅટલૉગમાંથી તમારે તમારી પસંદગીની બાબતની જાહેરાત કરવાની છે. એમાં રોકડ રકમનો સમાવેશ થતો હોય તો તમારે કહેવાનું છે કે ખરેખર કેટલા જોઈએ છે, ‘‘ત્રીસ દિવસમાં અણધારી આવકરૂપે મારે પચ્ચીસ હજાર ડૉલર જોઈએ છે’’ અથવા તમને જે જોઈતું હોય તે. તમને જે જોઈએ છે તેના પર તમને ભરોસો હોવો જોઈએ.

ભૂતકાળમાં તમે એવી માન્યતા ધરાવતા હો કે પૈસા તો માત્ર પગાર તરીકે જ તમારી પાસે આવી શકે, તો એ ભૂલી જજો. જો તમે આવું જ વિચારશો તો તમારા જીવનમાં આ વિચાર સાકાર થશે માટે આ વિચારને વળગી રહેશો નહીં. આવા વિચારોથી તમને કોઈ લાભ નહીં થાય.

હવે તમે સમજવા લાગ્યા છો કે તમારે માટે સમૃદ્ધિ હાજરાહજૂર છે અને તમારે એ જાણવાની જરૂર નથી કે પૈસા કેવી રીતે આવશે ? તમારું કામ એટલું જ છે, એ રકમ મળી ગઈ છે એવો ભરોસો રાખવો અને ખુશ રહેવું. કેવી રીતે એ પૈસો આવશે એ ચિંતા બ્રહ્માંડ પર છોડો. એ પોતે નક્કી કરી લેશે કે રકમ તમારા સુધી કઈ રીતે પહોંચાડશે.

બૉબ પ્રૉક્ટર

ઘણાખરા લોકોનું લક્ષ્ય દેવામાંથી મુક્તિ મેળવવાનું હોય છે. તેને લીધે તેઓ દેવામાં ડૂબેલા રહે છે. જેનો તમે વિચાર કરતા રહો તેને તમે આકર્ષો છો. તમે કહો, 'હું ઋણમુક્ત થાઉં તો સારું.' દેવું ચૂકવી દેવાય કે દેવામાં ડૂબેલા રહેવાય તેની હું પરવા કરતો નથી. તમે દેવાનો વિચાર કરતા રહો તો પછી તે તમારા તરફ આકર્ષાઈને આવવાનું જ. દેવું ચૂકવવાની યોજના બનાવો અને પછી સમૃદ્ધિ પર ધ્યાન કેન્દ્રિત કરો.

જ્યારે તમારી પાસે ચૂકવવાનાં બિલોની થપ્પી હોય તો તે કેવી રીતે ચૂકવાશે એની સૂઝ ન પડે ત્યારે તમારે એ બિલ પર ધ્યાન કેન્દ્રિત કરવું જોઈએ નહીં, કેમ કે જો એમ કરશો તો પછી વધારે બિલ તમે તમારી તરફ ખેંચશો. તમારે એવો કોઈ રસ્તો શોધી કાઢવો જોઈએ કે જેથી બિલોની થપ્પી હોવા છતાં તમે સમૃદ્ધિ ઉપર ધ્યાન કેન્દ્રિત કરી શકો. એવો રસ્તો જેનાથી પ્રસન્નતાની લાગણી થાય અને તમારું ભલું થઈ શકે.

જેમ્સ રે

ઘણી વાર લોકો મને કહે છે, ''આવતે વર્ષે મારે મારી આવક બમણી કરવી છે.'' પણ પછી તમે તેમનો વ્યવહાર જુઓ તો ખ્યાલ આવે કે જેનાથી તેમનું લક્ષ્ય સિદ્ધ થઈ શકે, એવું તેઓ કંઈ નથી કરતા. તેઓ કહેતા રહેતા હોય છે, ''મને આ પોસાય નહીં.'' બોલો, એમનું શું થાય ? તમારી ઇચ્છા એ મારો હુકમ છે.

જો તમારા મોઢામાંથી ''મને પોસાય નહીં'' એવા શબ્દો સરી પડ્યા હોય તો તેને બદલવાની શક્તિ તમારી પાસે હાલમાં છે. ''મને એ પોસાશે. હું એ ખરીદી શકીશ.'' આ વારંવાર કહેતા રહો. પોપટની જેમ તેનું રટણ કરો. હવે પછીના ત્રીસ દિવસ સુધી

તમારો એક જ આશય હોવો જોઈએ. દરેક વસ્તુ પર નજર નાખીને તમે કહેશો, ''મને પોસાય એમ છે. હું એ ખરીદી શકીશ.'' તમને તમારી સપનાની કાર જોવા મળે તો તમે કહેશો, ''મને એ પોસાય એમ છે. સારાં કપડાં પર તમારી નજર જાય અથવા રજા દરમિયાન સારો પ્રવાસ ગોઠવાય તો કહો, ''મને એ પોસાય એમ છે.'' તમે આમ કરતા રહેશો તો તમારા વિચાર-વલણમાં ચોક્કસ ફેરફારો આવશે. તમે તમારી જાતને ખાતરી કરાવી શકશો કે એ વસ્તુઓ તમને પોસાય એમ છે. આનાથી તમારા જીવનમાં ધીરેધીરે ફેરફારો આવવા લાગશે.

લીસા નિકોલ્સ

જો તમે તમારું ધ્યાન અભાવ અને અછત પર કેન્દ્રિત કરતા હો, તમારી પાસે જે નથી તેને માટે તમારાં કુટુંબીજનો તથા મિત્રો સામે બળાપો કાઢતા રહો, તમે તમારાં બાળકોને કહેતા રહો કે તમારી પાસે પૂરતાં નાણાં નથી – ''આપણી પાસે એ માટે પૂરતી સગવડ નથી, આપણને તે પોસાય નહીં –'' તો પછી તમારી પાસે તમને પોસાય એવી રકમ ક્યારેય ભેગી થાય નહીં, કારણ તમે તો તમારી પાસે જે નથી તેને જ તમારા તરફ આકર્ષો છો. તમને સમૃદ્ધિ જોઈએ છે. તો તેના પર જ ધ્યાન કેન્દ્રિત કરો.

> ''આત્મિક ખજાનામાંથી બધી જોઈ શકાય તેવી સંપત્તિ ઉદ્ભવે છે તે ક્યારેય ખાલી નથી થતી. હંમેશાં એ તમારી સાથે જ હોય છે, તમારી શ્રદ્ધા તથા તમારી લાગણીનો પ્રતિભાવ હંમેશાં તે આપે છે.''
>
> ચાર્લ્સ ફિલ્મોર (૧૮૫૪-૧૯૪૮)

હવે તમે **રહસ્ય** જાણી ગયા છો માટે તમને ખ્યાલ આવશે જ કે કોઈ અમુક માણસ ધનવાન છે તો તેનું કારણ એ છે કે તેના શક્તિશાળી વિચારો સંપત્તિના હોય છે, અછતના નહીં. તેથી તે જાણ્યે-અજાણ્યે સંપત્તિને પોતાના તરફ આકર્ષે છે. તેઓએ સંપત્તિ પર ધ્યાન કેન્દ્રિત કર્યું અને માટે સંપત્તિ તેમને પહોંચાડવા બ્રહ્માંડે લોકો, સંજોગો અને પ્રસંગોને કામે લગાડી દીધા.

તેમની પાસે જે સંપત્તિ છે તે તમારી પાસે પણ છે. તમારી અને તેમની વચ્ચે ફરક એટલો જ છે કે સંપત્તિને આકર્ષવા તેઓ હંમેશાં તેના વિચાર કરતા રહ્યા છે. જ્યારે તમારી સંપત્તિ અદૃશ્ય સ્વરૂપે જ છે. જેવું તમે તેને વિશે વિચારવા લાગશો તેવી તે તમારી થઈ જશે.

ડેવિડ સ્કર્મર

*મને **રહસ્ય** સમજાયું તે પહેલાં દરરોજ ટપાલમાં બિલોની થપ્પી મળતી. **રહસ્ય** સમજ્યા બાદ મને વિચાર આવ્યો, 'હું કેવી રીતે એનો નિકાલ લાવીશ ?' આકર્ષણનો નિયમ જણાવે છે કે જેના ઉપર તમે ધ્યાન કેન્દ્રિત કરો છો, તે તમને મળે છે. તેથી જ્યારે મને બૅન્કનું સ્ટેટમેન્ટ મળતું ત્યારે હું તેના ઉપર વ્હાઇટ ઇન્ક લગાડી દેતો અને તેના ઉપર ટોટલનો નવો આંકડો લખતો. મારા ખાતામાં જે રકમ હું જોવા માગતો તે આંકડો હું લખતો. પછી મને વિચાર આવ્યો, 'મેલમાં મને બિલ નહીં, પણ ચેક મળે છે' એવી કલ્પના કરું તો કેવું ? તેથી તે પ્રમાણે મને ચેકની થપ્પીઓ મળે છે એવું દૃશ્ય હું કલ્પવા લાગ્યો. એક જ મહિનામાં પરિસ્થિતિ બદલાવા લાગી. તમને જાણીને નવાઈ લાગશે, આજે મને ટપાલમાં માત્ર ચેકો મળે છે. બિલો મળે છે, પણ ચેકની સંખ્યા વધારે હોય છે.*

જ્યારથી ધ સિક્રેટ ફિલ્મ રિલીઝ થઈ છે ત્યારથી અમને એવા લોકોના સેંકડો પત્રો મળતા રહ્યા છે, જેઓ જણાવે છે કે ફિલ્મ જોયા પછી તેમને ટપાલમાં અણધાર્યા ચેક મળવા લાગ્યા છે. આનું કારણ એ છે કે ફિલ્મમાં તેમણે ડેવિડની વાર્તામાં ધ્યાન પરોવ્યું, જેને લીધે તેમને ચેક મળવા લાગ્યા.

મેં એક રમત શોધી કાઢી. મેં બિલને ચેક માનવાનું શરૂ કર્યું તેથી બિલ વિશેની મારી લાગણીઓમાં પરિવર્તન આવ્યું. જેમાં બિલ મને મળતાં હું આનંદિત થઈ ઊઠતી, કવર ઉઘાડીને કહેતી, ''મને વધુ પૈસા મળ્યા ! ખૂબ ખૂબ આભાર !'' દરેક બિલ લઈને તેને હું ચેકરૂપે જોતી અને પછી બિલની રકમમાં એક શૂન્ય ઉમેરી દેતી જેથી મોટી રકમ બને. મારી પાસે નોટપેડ હતું, જેને મથાળે હું લખતી, 'મને મળ્યું છે' અને પછી બધાં બિલની રકમનો આંકડો મૂકીને તેમાં એક શૂન્ય ઉમેરી દેતી. દરેક રકમના આંકડાની સામે હું 'આભાર' લખતી અને મળ્યા બદલ આભારની લાગણી અનુભવતી એટલે સુધી કે મારી આંખમાં આંસુ આવી જતાં ! પછી દરેક બિલની રકમ, મને જે રકમ મળી છે તેની સરખામણીમાં નાની લાગતી, તે ઉપકારના ભાવ સાથે ચૂકવી દેતી.

જ્યાં સુધી મને એવી લાગણી ન થાય કે આ ચેક છે ત્યાં સુધી હું બિલનું કવર ખોલતી નહીં. ક્યારેક મેં મારી જાતને એ ચેક છે એવું મનાવ્યા વગર બિલના કવર ખોલ્યાં હોય ત્યારે પેટમાં ફાળ પડતી. મને ખબર હતી કે તેમ થવાનું કારણ વધારે બિલ મળવાની શક્યતા હતી. મને લાગતું કે એવી લાગણીમાંથી મારે બહાર આવી જવું જોઈએ તેને બદલે આનંદની લાગણી અનુભવવી જોઈએ, જેથી મને વધુ ધન પ્રાપ્ત થાય. બિલની થપ્પીઓની બાબતમાં મારી રમત કારગત નીવડી. તેને લીધે મારું જીવન બદલાઈ ગયું. આ પ્રકારની તો ઘણી રમતો શોધી શકાય. તમારી અંદરની લાગણી અનુસાર તમારે માટે કઈ વધારે ઉપયોગી થઈ શકે એ તમે નક્કી કરી શકો. ખોટાને ખરું માનવાની રમતનું પરિણામ બહુ ઝડપી હોય છે !

લોરલ લેન્જમીર
નાણાકીય વ્યૂહનીતિ ઘડનારા, વક્તા, પર્સનલ અને કૉર્પોરેટ કોચ

મારો ઉછેર "પૈસા કમાવા પાછળ પુષ્કળ મહેનત કરવી પડે છે" એવી માન્યતાવાળા ઘરમાં થયો. મેં એ વિચારમાં ફેરબદલ કર્યો, "પૈસા સરળતાથી આવે છે, આવતા રહે છે." શરૂઆતમાં તો લાગે કે આ તો એક જૂઠાણું છે. તમારા મગજનો એક હિસ્સો કહેશે, "એય જૂઠાડા, પૈસા કમાવાનું અઘરું છે" તેથી તમારે એ જાણવું જરૂરી છે કે થોડો વખત મગજમાં આ ટેનિસની રમત ચાલ્યા કરશે.

તમારા મનમાં એવા વિચાર આવતા હોય કે પૈસો મેળવવા માટે ખરેખર ખૂબ જ કામ કરવું પડશે, ઘણો સંઘર્ષ વેઠવો પડશે, તો એને તાત્કાલિક મનમાંથી કાઢી નાખશો. એ પ્રમાણે વિચારવાથી તમે તમારી ફ્રીક્વન્સી મોકલી હતી અને એટલા માટે જ તમને જિંદગીમાં ખરાબ અનુભવ થયા. લોરલ લેન્જમીરની સલાહ માનો અને તમારા વિચારો બદલાવી કહો, "પૈસા સરળતાથી આવે છે, આવતા રહે છે."

ડેવિડ સ્કર્મર

પૈસા બનાવવાની વાત હોય ત્યારે એક વાતનો ખ્યાલ રાખજો કે ધન એક માનસિકતા છે. તમે કેવી રીતે વિચારો છો એના ઉપર તેનો આધાર છે.

લોરલ લેન્જમીર

હું જે લોકોને શિક્ષણ આપું છું એમાંના એંશી ટકા લોકોને તેમના મનોવૈજ્ઞાનિક અને વિચારવાના અભિગમ અંગેનું શિક્ષણ આપું છું. તેઓ મને કહેતા હોય છે, 'તમે આ કરી શકો. હું ન કરી શકું.' લોકો પાસે તેમના ધન ઉપરાંત આંતરિક સંબંધો અને વાર્તાલાપને બદલવાની ક્ષમતા હોય છે.

“એક સારી વાત એ છે કે જે ક્ષણે તમે નક્કી કરો કે તમારું જ્ઞાન બાળપણની ખાટી માન્યતાઓ કરતાં વધારે મહત્ત્વનું છે ત્યારે સમૃદ્ધિ મેળવવાના માર્ગે તમે ગિયર બદલ્યું છે. સફળતા અંદરથી આવે છે, બહારથી નહીં.”

રાલ્ફ વાલ્ડો ઈમર્સન (૧૮૦૩-૧૮૮૨)

વધારે ધનને આકર્ષવા માટે તમારે એના વિશે સારી લાગણી અનુભવવી જોઈએ. દેખીતી રીતે લોકો પાસે પૂરતા પૈસા ન હોય તો પૈસા વિશે સારું નહીં લાગે, કારણ કે તેમની પાસે પૂરતા પૈસા નથી. આ પ્રકારની નકારાત્મક લાગણી, પૈસાને તમારી પાસે આવતા રોકે છે. તમારે આ ચક્ર અટકાવવું પડે. પૈસા વિશે સારા ભાવ જગાડીને તમે તેને અટકાવી શકો. તમારી પાસે જે છે તેને માટે આભારનો ભાવ થવો જોઈએ. આ પ્રમાણે કહો અને અનુભવો, “મારી પાસે જરૂર કરતાં વધારે પૈસા છે.”, “ઘણો બધો ધનનો ખજાનો છે અને એ મારી તરફ આવી રહ્યો છે.”, “હું ધનનું ચુંબક છું”, “મને પૈસા બહુ ગમે છે અને હું પૈસાને ગમું છું.”, “મને રોજેરોજ પૈસા મળ્યા કરે છે”, “આભાર, આભાર, ખૂબ ખૂબ આભાર.”

પૈસા આપીને પૈસા મેળવો

તમારા જીવનમાં વધારે પૈસા આવે તે માટે “પૈસા આપવા” એ શક્તિશાળી પ્રક્રિયા છે. કારણ કે તમે કોઈને પૈસા આપો છો ત્યારે તમે કહો છો, “મારી પાસે પુષ્કળ પૈસા છે.” તમને એ જાણીને નવાઈ ન લાગવી જોઈએ કે આ પૃથ્વી ઉપર જે સૌથી વધુ પૈસાદાર છે તેઓ સૌથી મોટા દાતા પણ છે. તેઓ લખલૂટ રૂપિયા દાનમાં આપે છે અને જેમ તેઓ આપે છે, બ્રહ્માંડ તેના ખજાનાના દરવાજા ખોલી નાખે છે, બદલામાં અનેકગણું તેમને પાછું આપે છે.

જો તમે એવું વિચારતા હો, ''આપવા માટે મારી પાસે પૂરતા પૈસા નથી'' તો તમે ભૂલો છો. હવે તમને ખ્યાલ આવશે જ કે તમારી પાસે પૂરતા પૈસા કેમ નથી ! તમને એમ લાગતું હોય કે તમારી પાસે પૂરતા પૈસા નથી તો આપવા માંડો. તમે દાન આપવામાં માનશો તો આકર્ષણનો નિયમ તમને આપવા માટે વધુ આપશે.

દાન દેવામાં અને ત્યાગ કરવામાં એ બે બાબતો વચ્ચે બહુ મોટો તફાવત છે. હૃદયપૂર્વક આપો છો ત્યારે ઘણું સારું લાગે છે. ત્યાગમાં હંમેશાં એવું નથી હોતું. બેની ભેળસેળ કરશો નહીં. બંને સામસામા છેડાની વાત છે. પહેલામાં અભાવનો સંકેત મોકલાય છે જ્યારે બીજામાં જરૂરિયાત કરતાં વધારેનો સંકેત મોકલાય છે. એકમાં સારો ભાવ જાગે છે, બીજામાં એવી લાગણી થતી નથી. સંપૂર્ણ હૃદયથી આપવામાં તમે અપૂર્વ આનંદ અનુભવો છો. આકર્ષણનો નિયમ તમે આપેલા સંકેતને અનુસરીને તમને વધારે આપવા માટે સક્રિય થશે. શું તફાવત છે તે તમે અનુભવી શકશો.

જેમ્સ રે

મેં એવા ઘણા માણસો જોયા છે, જેઓ અઢળક ધન કમાઈ જાણે છે, પણ તેમના સંબંધો બગડેલા હોય છે. એને ખરેખરી સંપત્તિ ન કહી શકાય. પૈસાની પાછળ પડીને તમે પૈસાદાર તો બની શકો છો, પણ તેથી તમે શ્રીમંત થઈ જશો એની કોઈ ખાતરી નથી. પૈસા એ સમૃદ્ધિનો ભાગ નથી એવું હું કહેવા નથી માગતો. પૈસાનું મહત્ત્વ છે જ, પણ એ સમૃદ્ધિનો અંશમાત્ર છે. બીજી બાજુ હું એવા લોકોને પણ મળું છું, જેઓ ''આધ્યાત્મિક'' હોય છે, પણ તેઓ હંમેશાં બીમાર અને કંગાળ રહે છે. એમને પણ સમૃદ્ધ ન ગણી શકાય. જીવનનો અર્થ દરેક ક્ષેત્રમાં સમૃદ્ધિ એવો થાય છે.

તમે એવા વાતાવરણમાં ઊછર્યા હોય, જ્યાં એવું માનવામાં આવતું હોય કે ધનવાન હોય તે આધ્યાત્મિક ન હોય તો હું તમને કેથેરિન પોન્ડરની **ધ મિલિયોનેર્સ ઑફ ધ બાઇબલ** શ્રેણીનાં પુસ્તકો વાંચવાની ભલામણ કરું છું. આ અદ્‌ભુત પુસ્તકોમાં તમને જાણવા મળશે કે અબ્રાહમ, ઇસાક, જેકબ, જૉસેફ, મોઝીસ અને જિસસ એ સમૃદ્ધિના શિક્ષકો જ નહોતા, તેઓ પોતે પણ સમૃદ્ધ હતા. એવી ખર્ચાળ તેમની જીવનશૈલી હતી કે આજના કરોડપતિઓ પણ તેની કલ્પના નહીં કરી શકે.

તમે રાજ્યના વારસદાર છો. સંપત્તિ એ તમારો જન્મસિદ્ધ અધિકાર છે. જીવનના દરેક ક્ષેત્રમાં સમૃદ્ધિ મેળવવાની ચાવી તમારી પાસે જ છે. તમને તેની કલ્પના પણ નહીં કરી શકો. તમને જોઈતી તમામ સારી બાબતો મેળવવાનો તમને હક છે. પણ તમારે તેને નિમંત્રણ આપવું પડે છે. હવે તમને **રહસ્ય** સમજાયું હશે એમ હું માનું છું. ચાવી તમારી પાસે છે. તમારા વિચારો તથા લાગણીઓની ચાવી જિંદગીભર તમારી પાસે રહેશે.

માર્સી શિમોફ

પાશ્ચાત્ય સંસ્કૃતિમાં ઘણા માણસો સફળતા મેળવવા દોટ લગાવે છે. એ લોકોને વૈભવશાળી ઘર જોઈએ છે, તેમને ધંધો વિકસાવવો છે, એ લોકોને આવી તમામ બહારની ચીજ જોઈએ છે, પણ અમે અમારા સંશોધન દ્વારા એ જોઈ શક્યા છીએ કે આ ભૌતિક વસ્તુઓ મેળવવાથી જેની આપણને શોધ છે એ સુખ મળે કે કેમ એ સવાલ છે. આ ભૌતિક સંપત્તિ દ્વારા સુખ મળી જશે એમ માનીને આપણે તેની પાછળ પડ્યા છીએ, પણ આપણે ઊંધી દિશામાં દોડીએ છીએ.

ખરેખર તો તમારે આંતરિક આનંદ, આંતરિક શાંતિ તથા આંતરદષ્ટિ મેળવવાની દિશામાં જવું જોઈએ. તે પછી બાહ્ય વસ્તુઓ તો આપોઆપ મળશે.

તમને જે કંઈ જોઈએ છે તે તો અંદરની બાબત છે. બાહ્ય જગત તો આંતરજગતનું પરિણામ છે. તમારા વિચારો અને ફ્રીક્વન્સીને સુખની દિશામાં વાળો. તમારી ભીતરમાં જ સુખ અને આનંદની લાગણીઓ જન્માવો, તેને તમારી તમામ શક્તિ દ્વારા બ્રહ્માંડ તરફ મોકલો. આમ કરવાથી તમને પૃથ્વી ઉપર સ્વર્ગ ઊતર્યું હોય એવું લાગશે.

રહસ્યસાર

- પૈસાને આકર્ષવા, પૈસા પર ધ્યાન કેન્દ્રિત કરો. પૈસાના અભાવ પર ધ્યાન કેન્દ્રિત કરવાથી સંપત્તિ મેળવવાનું અશક્ય છે.

- તમારી કલ્પનાશક્તિનો ઉપયોગ કરવાથી તમને મદદ મળે છે. તમને જે પૈસા જોઈતાં હતાં, તે તમને મળી ગયાં છે તેવી કલ્પના કરો. ધનવાન બનવાની રમત રમવાથી તમે પૈસા માટે વધુ સારું અનુભવશો. અને જ્યારે તમે આ બાબત માટે વધારે સારું અનુભવશો ત્યારે તમારા જીવનમાં પૈસાનો પ્રવાહ પણ વધી જશે.

- અત્યારે જ સુખની લાગણી અનુભવવી એ જીવનમાં ધન મેળવવાની સૌથી ઝડપી રીત છે.

- તમને જે જે ચીજવસ્તુઓ ગમે છે તેના તરફ નજર માંડીને કહો, "મને તે પોસાય એમ છે. હું તે ખરીદી શકું છું." આ તમારી આદત બની જવી જોઈએ. તમારા વિચારોમાં પરિવર્તન લાવશો તો, પૈસા અંગે સારી લાગણી અનુભવવા લાગશો.

- વધારે પૈસા મેળવવા માટે પૈસા આપવાનું રાખો. તમે ધન વિશે ઉદાર રહો અને વહેંચવાનો આનંદ લેવા માંડો ત્યારે તમે બ્રહ્માંડમાં એવો સંકેત મોકલો છો કે, "મારી પાસે પુષ્કળ પૈસા છે."

- ટપાલમાં બિલની જગ્યાએ ચેક મળશે તેવી કલ્પના કરો.

- તમારા વિચારોને સંપત્તિમાં કેન્દ્રિત કરો. માત્ર સંપત્તિ વિશે વિચારો.

સંબંધોનું રહસ્ય

મૅરી ડાયમંડ

ફેંગશુઈ સલાહકાર, શિક્ષક અને વક્તા

રહસ્યનો અર્થ એ છે કે આપણે આપણા વિશ્વના સર્જક છીએ અને જે પણ ઇચ્છા જાગે તથા જે આપણે સર્જવા માગીએ છીએ એ આપણા જીવનમાં સાકાર થયા વિના ન રહે. તેથી આપણી ઇચ્છાઓ, વિચારો અને લાગણીઓ બહુ મહત્ત્વ ધરાવે છે કારણ કે તે જ જીવનમાં સાકાર થાય છે.

એક વાર હું એક આર્ટ ડિરેક્ટરના ઘરે ગઈ. તેઓ પ્રસિદ્ધ ફિલ્મ નિર્માતા પણ હતા. તેમણે લિવિંગ રૂમના દરેક ખૂણામાં એક નગ્ન સ્ત્રીની તસવીર રાખી હતી જેણે માત્ર એક જ કપડું પહેર્યું હતું. જાણે કે પેલી સ્ત્રી કહી રહી હતી, "હું તમને જોતી નથી." મેં તેમને કહ્યું, "પ્રેમની બાબતમાં તમને કંઈક મુશ્કેલી હોય એવું લાગે છે." "તમે અંતર્યામી છો ?" તેમણે પૂછ્યું. મેં કહ્યું, "ના. પણ જુઓ. સાતે જગ્યાએ તમે એક જ સ્ત્રીની તસવીર રાખી છે." તેમણે કહ્યું, "મને આ પ્રકારનાં ચિત્રો ગમે છે. મેં આ ચિત્ર જાતે બનાવ્યું છે." મેં કહ્યું, "એ તો વધુ ખરાબ કહેવાય કારણ તમે તમારી તમામ સર્જકતા તેમાં ઉતારી છે."

આ માણસનું વ્યક્તિત્વ પ્રભાવશાળી છે. તેમના વ્યવસાયને લીધે આ પ્રકારની સ્ત્રીઓથી તે વીંટળાયેલા રહે છે. છતાં તેમના જીવનમાં રોમાન્સ નહોતો. મેં તેમને પૂછ્યું, ''તમને ખરેખર જોઈએ છે શું ?'' ''મારે અઠવાડિયામાં ત્રણ સ્ત્રી જોડે ડેટિંગ પર જવું છે.'' મેં કહ્યું, ''ઠીક છે તો પછી તમે ત્રણ સ્ત્રીઓની વચ્ચે હો એવું પેઇન્ટિંગ દોરો અને લિવિંગ રૂમના દરેક ખૂણામાં તે મુકાવો.''

છ મહિના બાદ જ્યારે તેઓ મળ્યા ત્યારે મેં તેમને પૂછ્યું, ''તમારી લવલાઈફ કેવી છે ?'' ''સુંદર ! સ્ત્રીઓ મને બોલાવે છે, તેઓ મારી ડેટ માગે છે.'' મેં તેમને કહ્યું, ''એ જ તમારી ઇચ્છા હતી.'' તેમણે કહ્યું, ''મને હવે બહુ સારું લાગે છે. વર્ષો સુધી કોઈ સ્ત્રી મારી સાથે ડેટિંગ પર નહોતી ગઈ. હવે અઠવાડિયામાં ત્રણ સ્ત્રીઓને હું મળું છું. હવે તો તેઓ મારે માટે અંદરોઅંદર ઝઘડે પણ છે.'' ''તમારે માટે આ સારું કહેવાય.'' પછી તેમણે કહ્યું, ''હવે મારે સ્થિર થવું છે. મારે લગ્ન કરવાં છે. મારે રોમાન્સ જોઈએ છે.'' મેં કહ્યું, ''તો પછી એવું પેઇન્ટિંગ દોરો.'' તેમણે સુંદર રોમેન્ટિક સ્ત્રી સાથેના સંબંધનું ચિત્ર દોર્યું. એક વર્ષ બાદ તેઓ પરણી ગયા. અત્યારે તેઓ બહુ સુખી છે.''

એનું કારણ એ છે કે તેમણે તેમની ઇચ્છાને વ્યક્ત કરી. તેમણે અંદરની ઇચ્છાને વર્ષો સુધી ખાનગી રાખી કારણ કે તેમની ઇચ્છા પ્રમાણે કશું બન્યું નહોતું. તેમનું બાહ્યજીવન – તેમનું ઘર – બધો વખત તેમની ઇચ્છા વિરુદ્ધ જણાતું હતું. તેથી તમને જો આ બાબત સમજાઈ જાય તો તરત તેને અમલમાં મૂકી શકો છો.

મેરી ડાયમંડે તેમના ક્લાયન્ટનું ઉપર આપેલું ઉદાહરણ ફેંગશુઈ **રહસ્ય**ના સંદેશનો કેવી રીતે પડઘો પાડે છે તેનું ઉત્તમ ઉદાહરણ છે. આનાથી ખબર પડે છે કે આપણા વિચારને અમલમાં મૂકીએ તો તેનું શું પરિણામ આવી શકે. આપણાં વાણી અને વર્તનમાં આપણા વિચારોનું પ્રતિબિંબ પડે છે. આપણા વિચારો જ્યારે આપણને કાર્ય કરવા પ્રેરે ત્યારે તે વધુ અસરકારક બને છે.

ઘણી વાર આપણા મનમાં કયા વિચારો ચાલી રહ્યા છે તેનો આપણને ખ્યાલ નથી હોતો, પણ આપણી વર્તણૂક અને પ્રવૃત્તિને આધારે આપણી અંદર કયા વિચારો ચાલે છે, તેનો ખ્યાલ આવે છે. પેલા ફિલ્મ પ્રોડ્યુસરના દાખલામાં એનાં કાર્યો તથા માહોલમાં એના અંદરના વિચારોનું પ્રતિબિંબ દેખાતું હતું. તેણે ઘણી સ્ત્રીઓનાં ચિત્રો દોર્યાં, જે તેનાથી મોં ફેરવી લેતી હતી. એમના મનમાં કયા વિચારો ચાલતા હશે ? એમના શબ્દો કહેતા હતા કે તેમને વધારે સ્ત્રીઓ જોઈતી હતી, જે એમનાં ચિત્રોમાં પ્રગટ નહોતું થતું. પછી ઇરાદાપૂર્વક જ્યારે તેમણે તેમના વિચારોને જે જોઈતું હતું તેમાં કેન્દ્રિત કર્યા ત્યારે તેમનાં કાર્યો એટલે કે ચિત્રોમાં પરિવર્તન આવ્યું. આવા એક સામાન્ય ફેરફારથી એ પોતાના જીવનનું ચિત્ર દોરી શક્યા. આવું બન્યું આકર્ષણના નિયમને કારણે.

તમારા જીવનમાં જ્યારે પણ તમારે કંઈ જોઈતું હોય ત્યારે એ વાતનો ખ્યાલ રાખજો કે તમારાં કાર્યો તમારી ઇચ્છા વિરુદ્ધનાં ન હોવાં જોઈએ. આનું એક જ્વલંત ઉદાહરણ 'ધી સિક્રેટ'ના એક શિક્ષક માઇક ડૂલીએ તેમના ઑડિયો કોર્સ 'લિવરેજિંગ ધી યુનિવર્સ એન્ડ ઍન્ગેજિંગ ધી મૅજિક'માં આપ્યું છે. એમાં જીવનમાં આદર્શ જીવનસાથી ઝંખતી સ્ત્રીની વાત કરવામાં આવી છે. તેણે એ અંગે સાચાં પગલાં લીધાં હતાં. તેનો જીવનસાથી કેવો હોવો જોઈએ એ બાબતમાં તે એકદમ સ્પષ્ટ હતી, તેના લક્ષણોની વિગતવાર યાદી તેણે તૈયાર કરી અને તેનું કલ્પનાચિત્ર પણ ઊભું કર્યું હતું. આ બધું કરવા છતાં તેની ઇચ્છા પૂરી થઈ નહોતી.

પછી એક દિવસ ઘરે પાછી ફરી અને તેની કાર તેના ગૅરેજમાં બરાબર વચ્ચે પાર્ક કરવા જતી હતી ત્યારે તેને ખ્યાલ આવ્યો કે તેનું કાર્ય તેના વિચારોથી વિરુદ્ધનું હતું. જો તેની કાર ગૅરેજની બરાબર વચ્ચે હોય તો તેના પાર્ટનરને માટે કાર પાર્ક કરવાની જગ્યા બચે નહીં, તેનાં કાર્યો બ્રહ્માંડને એવો શક્તિશાળી સંદેશો આપતાં હતાં કે તે એવું માનતી હતી કે તેણે જે માગ્યું છે તે તેને મળશે નહીં. પછી તરત જ તેણે ગૅરેજ સાફ કરાવ્યું અને પોતાની કારને એક તરફ પાર્ક કરી, જેથી તેના પાર્ટનરની કારને પાર્ક કરવાની જગ્યા મળે. પછી જ્યારે તે તેના બેડરૂમમાં ગઈ અને કબાટ ખોલ્યો – જે તેનાં કપડાંથી ભરચક

હતો. તેમાં પણ તેના પાર્ટનરનાં કપડાં માટે જગ્યા નહોતી બચી. તેથી તેણે પોતાનાં કપડાં ખસેડીને જગ્યા બનાવી. વધુમાં તે પહેલાં પલંગની વચ્ચે સૂઈ જતી હતી તેથી હવે તેણે પલંગની એક બાજુએ સૂવાનું શરૂ કર્યું. જેથી તેના પાર્ટનર માટે સૂવાની જગ્યા બચે.

આ સ્ત્રીએ માઇક ડૂલીને ડિનર કરતી વખતે આ વાત કહી. તે વખતે તે સ્ત્રીની બાજુમાં તેના 'આદર્શ જીવનસાથી' બેઠા હતા ! તેને પોતાના જીવનસાથી મળી ચૂક્યા છે એ રીતે સશક્ત કાર્યો અને અભિનય કરતા રહેવાને લીધે અંતે તેના જીવનમાં તેનું આગમન થયું અને હવે તો તેઓ પ્રસન્ન દામ્પત્ય વિતાવે છે.

'જાણે કે આ બની ગયું છે' એ પ્રમાણે વ્યવહાર કરવાનું બીજું ઉદાહરણ મારી બહેન ગ્લેન્ડાનું છે. જે *ધી સિક્રેટ* ફિલ્મની પ્રોડક્શન મૅનેજર છે. તે ઑસ્ટ્રેલિયામાં રહીને કામ કરતી હતી. તે અમેરિકા આવીને અમારી ઑફિસમાં મારી સાથે કામ કરવા માગતી હતી. ગ્લેન્ડા **રહસ્ય** વિષે બરાબર જાણતી હતી. તેથી તે ધાર્યું પરિણામ મેળવવા માટે યોગ્ય પગલાં ભરતી હતી, પણ મહિનાઓ પસાર થઈ ગયા છતાં તે ઑસ્ટ્રેલિયામાં રહેતી હતી.

ગ્લેન્ડાએ પોતાનાં કામોનું નિરીક્ષણ કર્યું ત્યારે સમજાયું કે પોતે જે માગ્યું તે મળી ગયું છે, એ રીતે તે નહોતી વર્તતી. તેથી તે ચોકસાઈપૂર્વક તેમ કરવા લાગી. તે હવે અમેરિકા જવાની છે એમ માનીને તે બધી ગોઠવણ કરવા લાગી. તેણે પોતાની મેમ્બરશિપ કૅન્સલ કરાવી, જે વસ્તુની જરૂર નહોતી તે સગેવગે કરી નાખી, સૂટકેસ બહાર કાઢીને પૅક કરી દીધી. ચાર અઠવાડિયાંની અંદર ગ્લેન્ડા અમેરિકામાં અમારી ઑફિસમાં કામ કરતી હતી.

તમે જે માગ્યું છે તેનો જ વિચાર કરો અને ખાતરી કરો કે તમારાં કાર્યોમાં, તમને જાણે કે તે મળી ગયું છે તે વાતનું પ્રતિબિંબ પડે. તમારાં કાર્યોમાં તમારી માગણીનો વિરોધ ન પ્રગટ થવો જોઈએ. જાણે કે મળી ગયું છે એ જ રીતે વર્તો. આજે તમને તે મળ્યું હોય તો

જે રીતે વર્તો એ જ રીતે વર્તો. તમારી તીવ્ર અપેક્ષાઓ સજ્જડ રીતે તમારાં કાર્યોમાં દેખાવી જોઈએ. તમને જોઈતી વસ્તુઓ માટે તક ઊભી કરો. તમે આ પ્રમાણે કરશો તો માગેલી વસ્તુ માટે શક્તિશાળી સંકેત મોકલી શકશો.

પોતાને માટે કામ કરો

લીસા નિકોલ્સ

સંબંધોની બાબતમાં પહેલું એ સમજવું જરૂરી છે કે સંબંધ કોની વચ્ચે બંધાય છે અને એમાં માત્ર એક હાથે તાળી ન પડે. તમારે તમારી જાતને પણ સમજવી પડે.

જેમ્સ રે

તમને પોતાને જ તમારો સાથ ન ગમતો હોય તો બીજા લોકોને તમારો સાથ ગમશે એવી અપેક્ષા કેવી રીતે રખાય ? અહીં ફરીથી આકર્ષણનો નિયમ એટલે કે **રહસ્ય** એને તમારા જીવનમાં લઈ આવશે. તમારે એકદમ સ્પષ્ટ બનવાની જરૂર છે. તમને હું એક પ્રશ્ન પૂછવા માગું છું, "જેવો વ્યવહાર અન્યો તમારી સાથે કરે એવું ઇચ્છો છો, એવો વ્યવહાર તમે તમારી સાથે કરો છો ખરા ?"

તમે પોતાની સાથે એવો વ્યવહાર કરો જેવો વ્યવહાર તમે ઇચ્છો છો બીજા લોકો તમારી સાથે કરે. જો તમે તેવું નહીં કરો તો પરિસ્થિતિઓને ક્યારેય નહીં બદલી શકો. તમારાં

કાર્યો એ તમારા વિચારોનું પ્રતિબિંબ છે. તેથી તમે જો તમારી જાતને પ્રેમ અને આદરથી નહીં જુઓ તો તમે એવો સંકેત પહોંચાડો છો કે તમે મહત્ત્વની કે કામની વ્યક્તિ નથી. આ સંકેત તમે તમારો અભિગમ બદલો નહીં ત્યાં સુધી પ્રસારિત થતો રહેશે. પરિણામે લોકો તમારી સાથે સારી રીતે વર્તતા ન હોય એવા પ્રસંગો વધતા રહેશે. લોકો તો માત્ર અસર કે પરિણામ છે; તમારા વિચારો એ એનું કારણ છે. તમારે તમારી જાત સાથે પ્રેમ અને આદરપૂર્વક વ્યવહાર કરવો જોઈએ. એ પ્રકારનો સંકેત આપીને એ ફ્રીક્વન્સી પર તમારી જાતને મૂકવી જોઈએ. પછી આકર્ષણનો નિયમ સમગ્ર બ્રહ્માંડને કાર્યરત કરી દેશે અને તમારું જીવન તમને ચાહતા અને માન આપતા લોકોથી ઊભરાઈ જશે.

ઘણા લોકોએ અન્યોને માટે બલિદાન આપ્યું હોય એવું માનીને કે બલિદાન આપવાથી તેમની ગણતરી સારા માણસમાં થાય, જે સાવ ખોટું છે. વસ્તુઓના અભાવના વિચારોમાંથી તમે બલિદાન આપવા તૈયાર થાઓ છો. "દરેક જણ માટે પૂરતું નથી, તેથી હું એના વગર ચલાવી લઈશ." આ પ્રકારની લાગણી હોવી એ કંઈ સારી બાબત નથી. એમાંથી અસંતોષ જન્મે છે. દરેક જણ માટે આ જગમાં પૂરતું છે અને દરેક વ્યક્તિની જવાબદારી છે કે તેઓ તેમની ઇચ્છાને સંતોષે. તમે બીજાના વતી માગી શકો નહીં, કારણ કે બીજાના જેવા વિચાર કે ભાવ તમે અનુભવી શકતા નથી. તમારું કામ તમારે જાતે કરવાનું છે. જ્યારે તમે સારું લાગવાની વાતને મહત્ત્વ આપો છો ત્યારે શક્તિશાળી ફ્રીક્વન્સી પ્રસારિત થશે, જે તમારી આસપાસની દરેક વ્યક્તિને અસર કરશે.

ડૉ. જૉન ગ્રે

તમે તમારા માટે ઉકેલ છો. બીજી વ્યક્તિ તરફ આંગળી ચીંધીને એવું ન કહો, "તમારા પર મારું ઋણ છે. માટે તમારે મને વધુ આપવું જોઈએ." એને બદલે તમે તમારી જાતને વધુ આપવા માટે સમય ફાળવો અને પોતાની જાતને પૂર્ણતાથી ભરી દો, જ્યાં સુધી તમે છલકાવા ન લાગો અને બીજાને આપવાની સ્થિતિમાં ન આવી જાઓ.

"પ્રેમ મેળવવા માટે તમે ચુંબક ન બની જાઓ ત્યાં સુધી તમારી જાતને અંદરથી ભરી દો."

ચાર્લ્સ હાનેલ

આપણામાંથી ઘણા લોકોને એવું શિખવવામાં આવ્યું છે કે આપણી જાતને છેલ્લે મૂકવી. તેને પરિણામે અયોગ્ય અને અપાત્ર હોવાની લાગણીને આપણે આકર્ષીએ છીએ. આ પ્રકારની લાગણીને લીધે આપણે એવા પ્રસંગોને સામેથી નોતરીએ છીએ, જેમાં આપણને આપણી અયોગ્યતા અને અપાત્રતાનો અનુભવ થાય. તમારે વિચારસરણી બદલવી જ રહી.

"એમાં કોઈ શંકા નથી કે પોતાની જાતને વધુ પડતી ચાહવાની વાત ઘણાને ગળે નહીં ઊતરે. એ વલણ તેમને ઠંડું, મુશ્કેલ તથા ક્રૂર લાગશે. સિવાય કે આ બાબતને એક અલગ દૃષ્ટિકોણથી નહીં જોવામાં આવે. અનંતની સૂચના અનુસાર જ્યારે આપણે 'નંબર વન'ની શોધ માટે પ્રેરાઈએ છીએ ત્યારે સ્વાભાવિક રીતે આપણે 'નંબર ટુ'ની પણ શોધ કરીએ છીએ અને તેના કાયમી લાભની વાત વિચારીએ છીએ."

પ્રેન્ટિસ મલફોર્ડ

તમે તમારી જાતને અંદરથી છલોછલ નહીં કરો ત્યાં સુધી કોઈને આપવા માટે તમારી પાસે કશું નહીં હોય. તેથી તમે તમારી જાત પ્રત્યે પહેલું ધ્યાન આપો એ જરૂરી છે. પોતાની ખુશી પર પહેલા ધ્યાન આપો. લોકો પોતાના આનંદ માટે પોતે જ જવાબદાર છે. તમે આનંદ મેળવો અને સારી લાગણી અનુભવો તો આસપાસના લોકો પણ તેમાં સહભાગી થશે. તમારા જીવનમાં આવેલી તમામ વયની વ્યક્તિઓ માટે પ્રેરણારૂપ બની જશો. તમે જ્યારે આનંદમાં હો છો ત્યારે કંઈ પણ આપવા માટે વિચારવાની જરૂર નહીં પડે. સહજપણે એ વહ્યું આવશે.

લીસા નિકોલ્સ

મારો પાર્ટનર મને મારી સુંદરતાનું ભાન કરાવશે એ આશાએ મેં ઘણા સંબંધો બાંધ્યા, કારણ કે હું મારી સુંદરતા જોઈ શકતી નહોતી. હું મોટી થઈ રહી હતી ત્યારે મારા આદર્શ હીરોઝ (કે she-roes?) બાયોનિક વુમન, વન્ડર વુમન અને ચાર્લીસ ઍન્જલ્સ હતી. અલબત્ત એ નારીપત્રો અદ્ભુત હતાં, પણ તે મારા જેવા લાગતા નહોતા. જ્યાં સુધી હું લીસા – મારા પ્રેમમાં પડી નહીં ત્યાં સુધી બાકીનું જગત મારા પ્રેમમાં પડ્યું નહીં. હું મારી શ્યામલ ત્વચા, મારા રસસભર હોઠ, મારા ગોળ નિતંબ, મારા વાંકડિયા કાળા વાળના પ્રેમમાં પડી પછી જ એ શક્ય બન્યું.

તમે તમારી જાતને ચાહો, એટલા માટે કે તમે તમારી જાતને નહીં ચાહો ત્યાં સુધી તમારામાં લાગણી નહીં જાગે. તમે પોતે તમારા વિશે સારું નહીં વિચારતા હો તો બ્રહ્માંડે તમારે માટે જે પ્રેમ અને લાગણી અકબંધ રાખ્યાં છે તેના માર્ગમાં તમે અવરોધ ઊભો કરો છો.

તમે તમારા વિશે ખરાબ અનુભવતા હો ત્યારે તમે તમારામાંથી જીવન શોષી લો છો. સ્વાસ્થ્ય, સંપત્તિ, સ્નેહ આ દરેક બાબતમાં સારી લાગણી થાય તો જ એને યોગ્ય ફ્રીક્વન્સી પર મોકલી શકાય. અમાપ શક્તિ હોવાનો અનુભવ, નીરોગી અને તંદુરસ્ત હોવાની અદ્ભુત લાગણી આ બધું સારું લાગવાની ફ્રીક્વન્સી પર હોય છે. જો તમને પોતાને જ તમારા વિશે સાચી લાગણી નહીં હોય તો તમે તમારી જાતને એવી ફ્રીક્વન્સી પર મૂકો છો જ્યાંથી તમે એવા લોકો, પ્રસંગો, પરિસ્થિતિને બોલાવશો જે તમને તમારા વિશે ખરાબ લાગણી જગાડશે.

તમારે તમારા વિચાર અને ધ્યાનનું કેન્દ્ર બદલવું પડશે. તમારામાં જે સુંદર બાબતો છે તેના વિશે વિચારવાનું શરૂ કરવું પડશે. તમે આ બાબતો પર ધ્યાન આપવાનું શરૂ કરશો તેવો જ આકર્ષણનો નિયમ તમને તમારા વિશે ઉત્તમ વાતો જણાવવા લાગશે. તમે જે વિચારો છો તેને જ તમે આકર્ષવા લાગશો. તમારે ફક્ત આટલું જ કરવાનું છે – તમારામાં જે કંઈ સારું છે તેના વિશે સતત વિચારવાની શરૂઆત કરવાની છે અને જુઓ,

આકર્ષણનો નિયમ તમને એ પ્રકારના વધુ ને વધુ વિચારો આપવા લાગશે. તમે તમારા સારા ગુણ શોધો. શોધવાથી કોઈ ને કોઈ સારી વાત તમને મળી જશે.

બૉબ પ્રૉક્ટર

તમારામાં કોઈક તો એવી ભવ્ય બાબત છે. ચુમ્માળીસ વર્ષથી હું મારી જાતનો અભ્યાસ કરું છું. ક્યારેક તો હું પોતાની જાતને 'કિસ' કરવા અધીરો થઈ જાઉં છું. તમારે પણ તમારી જાતને પ્રેમ કરવો જોઈએ. હું પોતાના વખાણ કરવાની વાત નથી કરતો. આપણી જાત પ્રત્યેના આદરની વાત કરું છું. જેવું તમે તમારી જાતને ચાહવા લાગશો તેવા આપોઆપ જ અન્યો પણ તમને ચાહવા લાગશે.

માર્સી શિમૉફ

સંબંધોની બાબતમાં આપણે સહુ અન્યોની ફરિયાદ કરવા ટેવાયેલા છીએ. ''મારા સહકાર્યકરો આળસુ છે. મારો હસબન્ડ મને ગાંડી કરી મૂકે છે. મારાં બાળકો ત્રાસ આપે છે.'' હંમેશાં આપણું ધ્યાન 'અન્યો'માં હોય છે, પણ સંબંધોની બાબતમાં જે વસ્તુ કામ કરે છે તે એ કે આપણે અન્યોની કદર કરતા પણ શીખવું જોઈએ. માત્ર ફરિયાદો કરીએ તે નહીં ચાલે. આપણે જેટલી ફરિયાદો કરતા રહીશું તેટલા આપણે પણ તેના શિકાર બનીશું.

સંબંધની બાબતમાં તણાવપૂર્ણ સ્થિતિ હોય કે તમારી ગાડી પાટા પર ન હોય, તમારા પ્રયત્નો સફળ ન થતા હોય, કોઈ તમારી આંખમાં કણાની જેમ ખૂંચતું હોય તો પણ એ સંબંધ પર પૂર્ણવિરામ નથી મુકાતું. એમ કરો. એક કાગળનો ટુકડો લો. આવતા ત્રીસ દિવસ સુધી જે વ્યક્તિ વિશે પ્રશ્નો છે તેના અંગે વખાણવાલાયક જે કંઈ બાબત હોય તે લખવાનું શરૂ કરો. તમે શા માટે તેને પ્રેમ કરો છો તેનાં કારણો વિચારો. તેની રમૂજીવૃત્તિની કદર કરો, જરૂર પડ્યે તમને મદદરૂપ થવાની તેમની તત્પરતાની નોંધ લો.

આ રીતે જ્યારે તમે તેમની કદર કરવા લાગશો અને તેમની તાકાતને સ્વીકારશો. પછી તમને તે પ્રમાણે બધું મળવા લાગશે અને સમસ્યા ઉકેલાઈ જશે.

લીસા નિકોલ્સ

ઘણીયે વાર તમારા સુખ માટે તમે બીજાઓ ઉપર આધાર રાખો છો અને ઘણુંખરું તો તેઓ તેમ કરવામાં નિષ્ફળ જાય છે. આમ શા માટે ? કારણ, એક જ વ્યક્તિના હાથમાં તમારા આનંદ, તમારી પ્રસન્નતાની લગામ છે. એ વ્યક્તિ તમે પોતે છો. તમારાં માતાપિતા, તમારું બાળક, તમારો જીવનસાથી, એ કોઈના હાથમાં તમારા સુખની ચાવી નથી. એ લોકો બહુ બહુ તો તમારા સુખમાં સહભાગી થઈ શકે. તમારો આનંદ તમારી ભીતરમાં રહેલો છે.

તમારો આનંદ એ પ્રેમની ફ્રીક્વન્સી ઉપર છે, સૌથી ઊંચી અને સૌથી વધુ શક્તિશાળી ફ્રીક્વન્સી પ્રેમ — એ કંઈ હાથમાં પકડી શકાય એવી વસ્તુ નથી. તમે તમારા હૃદયમાં જ તે પામી શકો. અસ્તિત્વની એક અવસ્થા છે. લોકો પ્રેમને અભિવ્યક્તિ આપતા હોય એના પુરાવા જોઈ શકો છો. પણ પ્રેમ એ તો એક લાગણી છે. તમે જ એક એવી વ્યક્તિ છો જે પ્રેમની લાગણી જન્માવીને તેને મોકલી શકો છો. પ્રેમ સર્જવાની તમારી ક્ષમતા અમાપ છે અને તમે જ્યારે કોઈને ચાહો છો ત્યારે બ્રહ્માંડ જોડે સંપૂર્ણ સંવાદિતા રચો છો. પ્રેમ સર્વસ્વ છે. તમને જે ગમે છે એ બાબતો પર જ ધ્યાન કેન્દ્રિત કરો, પ્રેમની અનુભૂતિનો આનંદ લો, તમને તે અનેકગણી થઈને પાછી મળશે. આકર્ષણનો નિયમ પ્રેમ કરવા જેવી અનેક વસ્તુઓને તમારી પાસે મોકલી આપશે. તમે પ્રેમની લાગણી મોકલશો એટલે સમગ્ર બ્રહ્માંડ પોતાની તમામ શક્તિઓને કામે લગાડીને દરેક આનંદદાયક વસ્તુ, દરેક સજ્જનને તમારી પાસે મોકલી આપશે. એવું ખરેખર બનશે.

રહસ્યસાર

- જ્યારે તમે સંબંધ બાંધવાનો ઇરાદો સેવો છો ત્યારે તમારા વિચારો, શબ્દો, કાર્યો અને તમારા સંજોગો તમારી આંતરિક ઇચ્છાનો વિરોધ ન કરે તેનું ધ્યાન રાખવું.

- પોતાના માટે કામ કરો. જ્યાં સુધી તમારી જાતને પૂરી ન ભરો ત્યાં સુધી અન્યને આપવા જેવું કંઈ તમારી પાસે નહીં હોય.

- તમારી જાત સાથે પ્રેમ અને આદરપૂર્વક વર્તો, પછી જે તમને પ્રેમ અને આદર આપશે એવા લોકોને તમે આકર્ષી શકશો.

- તમને જ તમારી જાત પ્રત્યે અણગમો હોય તો તમે પ્રેમના સ્રોતને તમારા તરફ આવતો રોકો છો. ઉલ્ટાનું તમે એવા લોકો તથા સંજોગોને નોતરો છો જે તમને તમારા વિશે ખરાબ અનુભવ કરાવશે.

- તમારામાં જે કંઈ સારી બાબતો,ગુણ હોય તેના ઉપર ધ્યાન કેન્દ્રિત કરશો તો આકર્ષણનો નિયમ તમને તમારી ઉજ્જ્વળ બાજુઓનાં દર્શન કરાવશે.

- સંબંધ સફળ બને તે માટે બીજી વ્યક્તિમાં જે કંઈ સારા ગુણ હોય તેના વખાણ કરો. તેમના વિશે ફરિયાદ કરવાનું બંધ કરો. તમે માત્ર તેમની શક્તિઓ ઉપર જ ધ્યાન કેન્દ્રિત કરશો તો બદલામાં તમને પણ તેવી જ શક્તિઓ મળશે.

તંદુરસ્તીનું રહસ્ય

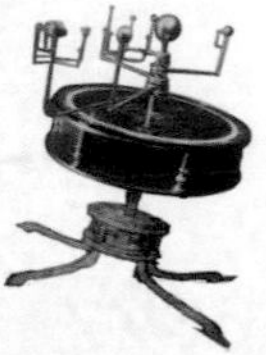

ડૉ. જૉન હેઝલિન

ક્વૉન્ટમ પદાર્થવિજ્ઞાની અને જાહેરનીતિના નિષ્ણાત

આપણું શરીર ખરેખર તો આપણા વિચારનું પરિણામ છે. એ વસ્તુ આપણે તબીબીવિજ્ઞાનમાં સ્વીકારવા લાગ્યા છીએ. આપણા વિચારો તથા લાગણીઓની પ્રકૃતિ આપણા શરીરનાં ભૌતિક સત્ત્વ, બંધારણ તથા કાર્યને અમુક અંશે પ્રભાવિત કરે છે.

ડૉ. જૉન ડેમાર્ટિની

સારવારના ક્ષેત્રમાં આપણે 'પ્લાસીબો ઇફેક્ટ'થી પરિચિત છીએ. પ્લાસીબો નકલી દવા છે જેની શરીર પર કોઈ અસર થતી નથી. આ દવા નથી પણ ખાંડની ગોળી હોય છે.

પ્લેસીબો આપતી વખતે તમે દર્દીને કહો કે આ એક અસરકારક દવા છે અને પછી પ્લેસીબોની અસર અસલી દવા જેવી જ થાય છે. સંશોધકોએ શોધી કાઢ્યું છે કે માનવીનું મન સાજા થવાની બાબતમાં સૌથી મોટું પરિબળ છે. ઘણી વાર તો દવા કરતાં પણ એનો પ્રભાવ વધારે હોય છે.

રહસ્યના પ્રભાવ વિશે તમે પરિચિત થતાં જશો તેમ તમને વધુ ખ્યાલ આવતો જશે કે મનુષ્યજીવનમાં ઘટતી અમુક ઘટનાઓ, જેમાં સ્વાસ્થ્ય પણ આવી જાય, તેના આંતરિક સત્યને સ્પષ્ટપણે જાણી શકાય છે. 'પ્લાસીબો ઇફેક્ટ' ઘણી શક્તિશાળી છે. દર્દી જ્યારે વિચારે અને ખરેખર માનવા લાગે કે આ નકલી ગોળી અસલી દવા છે તેનાથી મને સારું થશે તો તેની માન્યતાને આધારે તે સારો થશે.

ડૉ. જૉન ડેમાર્ટિની

એક એવી પરિસ્થિતિ હોય કે જ્યારે કોઈ બીમાર હોય અને તેને માટે દવા સિવાય બીજો કોઈ ઉપચાર શક્ય હોય તો તેના મનની સ્થિતિ વિશે જાણી શકાય, પણ પરિસ્થિતિ વધુ ખરાબ હોય અને જીવલેણ બીમારી હોય તો દેખીતી રીતે દવાના ઉપચાર સિવાય બીજો કોઈ ઉપચાર કરવાનું જોખમ ન લઈ શકાય. દવાનો ઇનકાર ન થઈ શકે. દરેક પ્રકારની સારવારનું આગવું મહત્ત્વ હોય છે.

માનસિક સારવાર અને દવાનો ઉપચાર બંને સાથે મળીને કામ કરી શકે. પીડા થતી હોય તો દવા વડે જ તેનું નિવારણ શક્ય બને. તે પછી દર્દી પોતાના સ્વાસ્થ્ય વિશે ધ્યાન કેન્દ્રિત કરી શકે. 'સંપૂર્ણ સ્વાસ્થ્યનો વિચાર' એ કોઈ પણ વ્યક્તિ અંગત રીતે પોતાની રીતે કરી શકે, આસપાસમાં ભલેને ગમે તે થઈ રહ્યું હોય.

લીસા નિકોલ્સ

બ્રહ્માંડ તો સમૃદ્ધિનો અપૂર્વ ભંડાર છે. જ્યારે તમે આ બાબત અનુભવવા માટે મનના દરવાજા ખોલો છો ત્યારે આશ્ચર્ય, આનંદ, આશીર્વાદ અને અન્ય મહાન બાબતો જે બ્રહ્માંડ તમને આપવા માગે છે, જેવી કે સારું સ્વાસ્થ્ય, સારી સંપત્તિ, સારી પ્રકૃતિનો તમને અનુભવ થશે. પણ તમે તમારા નકારાત્મક વિચારોથી તમારી જાતને 'બંધ' કરી દો તો પછી તમને બેચેની, દુખાવો, પીડાનો જ અનુભવ થશે. દરેક દિવસ તમારે માટે કસોટીનો દિવસ બની રહેશે.

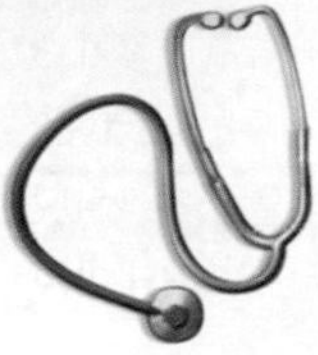

ડૉ. બેન જોન્સન

ડૉક્ટર, લેખક અને 'એનર્જી હીલિંગ'ના નિષ્ણાત

આપણી સમક્ષ અલગ અલગ હજારો બીમારીઓ અને દવાઓ છે, પણ એ તો એક નબળી કડી છે. બધી જ બીમારીઓનું મૂળ તાણ છે. તમે કોઈ સાંકળ કે વ્યવસ્થા ઉપર વધારે વજન મૂકો તો કોઈ ને કોઈ કડી તૂટી જાય છે.

કોઈ પણ પ્રકારની તાણ નકારાત્મક વિચારોથી શરૂ થાય છે. જો એવા વિચાર આવે અને તેને નહીં રોકો તો પછી તેવા વિચારોની હારમાળા ચાલુ થઈ જશે અને તેનું પરિણામ ભોગવવું પડશે. તાણ એ તો અસર છે, પણ કારણ તો નકારાત્મક વિચારો છે અને એ શરૂ થાય છે એકાદ નબળા વિચારથી. ભલે તેની અસર ગમે એટલી વ્યાપક હોય, તમે તેને બદલી શકો છો. એક નાનકડો હકારાત્મક વિચાર આવે પછી તેની હારમાળા શરૂ થઈ જાય.

ડૉ. જૉન ડેમાર્ટિની

આપણું શરીર આપણને ફીડબેક આપવા માટે બીમારી ઉત્પન્ન કરે છે. આનાથી આપણે જાણી શકીએ કે ક્યાંક સમતોલન જોખમાયું છે. આપણે પ્રેમ અને કૃતજ્ઞતામાં ઊણા ઊતર્યાં છીએ તેથી શરીરમાં બીમારીનાં લક્ષણો જોવા મળે છે. શરીરના સંકેત અને લક્ષણથી ગભરાઈ જવાની જરૂર નથી.

ડૉ. ડેમાર્ટિનીનું કહેવું એવું છે કે પ્રેમ અને કૃતજ્ઞતા આપણી અંદરની નકારાત્મક વૃત્તિને જાકારો આપશે, ભલે એ ગમે એટલી સજ્જડ હોય. પ્રેમ અને કૃતજ્ઞતા સમુદ્રમાંથી માર્ગ કાઢી શકે છે, પર્વતોને હલાવી શકે છે અને ચમત્કારો સર્જી શકે છે. પ્રેમ અને કૃતજ્ઞતા કોઈ પણ રોગ મટાડી શકે છે.

માઈકલ બર્નાર્ડ બૅકવિથ

વારંવાર એક પ્રશ્ન પૂછવામાં આવે છે, 'કોઈ વ્યક્તિના શરીરરૂપી મંદિરમાં કોઈ રોગ અથવા કોઈ પણ પ્રકારની બીમારી સર્જાય તો તેને 'સાચી' વિચારસરણીથી દૂર કરી શકાય ?' અને જવાબ છે, ચોક્કસપણે હા.

હાસ્ય એ ઉત્તમ ઔષધિ છે

કૅથી ગૂડમૅન, એક અંગત અનુભવ

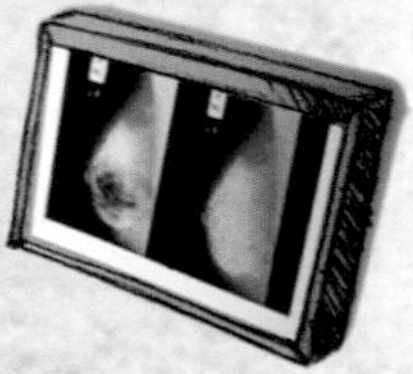

મને સ્તન કૅન્સર છે તેવું નિદાન થયું હતું. હૃદયથી સાચેસાચ મને લાગતું હતું અને શ્રદ્ધા હતી કે હું સાજી થઈ ગઈ છું. દરરોજ હું કહેતી, 'મને સાજી કરવા બદલ આભાર.' આ પ્રમાણે ચાલતું રહ્યું અને હું કહેતી રહી, 'મને સાજી કરવા બદલ આભાર.' મને હૃદયથી વિશ્વાસ હતો કે હું સાજી થઈ ગઈ છું. મેં મારી જાતને એ રીતે જોઈ કે મારા શરીરમાં કૅન્સર પ્રવેશ્યું જ નથી.

મેં સાજા થવા માટે વધુ એક ઉપાય કર્યો. ઉપાય એ કે રમૂજી ફિલ્મો જોવી ! બીજું શું થઈ શકે? તેથી હસવું અને હસતાં રહેવું એ નક્કી કર્યું, મારા જીવનમાં હું કોઈ તાણનો બોજો લેવા નહોતી માગતી. તમે જ્યારે સાજા થવાનો સંકલ્પ કરીને બેઠા હો ત્યારે કોઈ પણ પ્રકારની તાણ તમારે માટે નુકસાનકારક સાબિત થઈ શકે છે.

જ્યારથી મારા રોગ (સ્તન કૅન્સર)નું નિદાન થયું તેના ત્રણ મહિના બાદ હું લગભગ સાજી થઈ ગઈ હતી. તે કોઈ પણ પ્રકારના રેડિયેશન કે કેમોથેરાપી વિના.

કેથી ગૂડમૅનનો આ મજેદાર અને પ્રેરણાદાયક અનુભવ ત્રણ દિવ્યશક્તિથી કાર્યરત હોવાનો પરિચય આપે છે. સાજા થવા માટે કૃતજ્ઞતાની શક્તિ, મનગમતી ચીજ મેળવવા માટે શ્રદ્ધાની શક્તિ, આપણા શરીરમાંથી રોગને દૂર કરવા માટે હાસ્ય અને આનંદની શક્તિ.

કેથીએ પોતાના ઉપચારમાં હાસ્યને સ્થાન આપ્યું કારણ કે તેણે નૉર્મન કઝીન્સની વાત સાંભળી હતી.

નૉર્મનને કોઈ અસાધ્ય રોગ થયો હતો. તે હવે થોડાક મહિનાનો જ મહેમાન છે એવું ડૉક્ટરોએ તેને કહી દીધું હતું. નૉર્મને જાતે જ પોતાનો ઉપચાર કરવાનું નક્કી કર્યું. ત્રણ મહિના સુધી એ માત્ર રમૂજી ફિલ્મો જોતો રહ્યો અને હસતો રહ્યો. ત્રણ મહિનામાં એનો રોગ ભાગી ગયો. ડૉક્ટરે એની સાજા થવાની હકીકતને ચમત્કાર તરીકે ઓળખાવી.

હસતા રહીને નૉર્મને તમામ નકારાત્મક લાગણીઓને ભગાડી દીધી અને પોતે રોગમુક્ત થયો. હાસ્ય એ ખરેખર ઉત્તમ ઔષધ છે.

ડૉ. બૅન જોન્સન

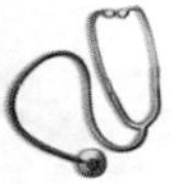

આપણા બધાની અંદર એક મૂળભૂત પ્રોગ્રામ હોય છે. તમને કોઈ ઘા થયો તો આપોઆપ રુઝાઈ જશે અને તમને બેક્ટેરિયાનો ચેપ લાગ્યો હોય તો રોગ પ્રતિકારકશક્તિ કામે લાગીને બેક્ટેરિયાને ખતમ કરશે. રોગ પ્રતિકારકશક્તિ સાજા થવા માટે જ છે.

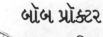

બૉબ પ્રૉક્ટર

સ્વસ્થ માનસિકતા ધરાવનાર વ્યક્તિના શરીરમાં રોગ લાંબો વખત રહેતો નથી. તમારું શરીર દરેક સેકન્ડમાં લાખો કોષોનો નાશ કરે છે એ સાથે જ તે લાખો નવા કોષો સર્જે પણ છે.

ડૉ. જૉન હેજલીન

હકીકતમાં દરરોજ આપણા શરીરના અમુક ભાગમાં ફેરબદલ થયા કરે છે. બાકીના હિસ્સાઓને કેટલાક મહિના લાગે છે તો વળી બીજા ભાગોને એક-બે વર્ષો લાગે છે, પણ આપણે બધા જ કેટલાંક વર્ષોમાં બિલકુલ નવા શરીરના માલિક બનીએ છીએ.

જો આપણું શરીર કેટલાંક વર્ષોમાં ફેરબદલ પામતું હોય, જે વાત વૈજ્ઞાનિક રીતે સિદ્ધ થયેલી છે, તો પછી કોઈ રોગ વર્ષો સુધી શરીરમાં રહે એ કેવી રીતે બને ? આવું ફક્ત વિચારોને લીધે બને છે કારણ કે દર્દી સતત બીમારીને જોયા કરે છે, તેમાં સતત ધ્યાન કેન્દ્રિત કર્યા કરે છે.

પૂર્ણતાનો વિચાર કરો

પૂર્ણતા (perfection)નો વિચાર કરો. જે શરીરમાં સંવાદી વિચારો હોય, એવા શરીરમાં બીમારી રહી શકે નહીં . પૂર્ણતા વિશે જાણો અને તમે પૂર્ણતાનું નિરીક્ષણ કરો, તેને તમારી પાસે બોલાવો. અપૂર્ણ વિચારો એ મનુષ્યજાતિની તકલીફોનું મૂળ છે. તેમાં રોગ, ગરીબી અને દુઃખો પણ ખરાં. આપણે જ્યારે નકારાત્મક રીતે વિચારીએ તો આપણે આપણી જાતને આપણા ખરા વારસાથી અલગ કરી દઈએ છીએ. ઇરાદાપૂર્વક જાહેર કરો, ‘‘હું સંપૂર્ણ વિચારો વિશે જ વિચારીશ. હું ફક્ત આદર્શ ચીજ જોઉં છું. હું પોતે આદર્શ છું.’’

મારા શરીરમાંથી મેં અક્કડપણું તથા આળસ દૂર કર્યાં. મારા શરીરને એવું જોવા તરફ મેં ધ્યાન કેન્દ્રિત કર્યું, જે બિલકુલ સ્થિતિસ્થાપક હોય અને બાળક જેવું આદર્શ હોય. આને કારણે બધા પ્રકારનું અક્કડપણું અને સાંધાનો દુખાવો ગાયબ થઈ ગયાં. હકીકતે મેં રાતોરાત આવું મેળવી લીધું.

ઘડપણ વિશેની આપણી માન્યતાઓ મગજમાં ઘૂસી ગયેલી હોય છે. વિજ્ઞાને આપણને જણાવ્યું છે કે થોડા વખતમાં જ આપણું શરીર નવુંનકોર બની જાય છે. ઉંમરનો ખ્યાલ મર્યાદિત વિચાર પર આધારિત છે, તેથી તે અંગેના વિચારો તમારા ચિત્તમાંથી દૂર કરો અને જાણો કે તમારું શરીર મહિનાઓ જૂનું જ છે. ભલે મનથી તમે માનતા હો કે તમે આટલાં વર્ષ પસાર કર્યાં છે. હવેનો તમારો જન્મદિવસ આવે ત્યારે તમારી જાત પર મહેરબાની કરો. એને પ્રથમ જન્મદિવસ તરીકે ઊજવો ! તમારી બર્થડે કેક ઉપર સાઠ મીણબત્તીઓ ન રાખો. સિવાય કે તમે ઉંમરને સામે ચાલીને બોલાવતા હો. કમનસીબે પાશ્ચાત્ય સમાજ ઘડપણ પર વધારે પડતું ધ્યાન કેન્દ્રિત કરે છે. બાકી હકીકતે ઘડપણ જેવું કંઈ હોતું નથી.

વિચારના માધ્યમથી તમે આદર્શ તંદુરસ્તી, આદર્શ શરીર, આદર્શ વજન અને ચિરયૌવન મેળવી શકો છો. તમે સંપૂર્ણતાનો સતત વિચાર કરીને એ અવસ્થાને પામી શકો છો.

બૉબ પ્રૉક્ટર

તમને કોઈ બીમારી હોય અને તમે તેનો જ વિચાર કર્યા કરો અને લોકો સમક્ષ તમારી બીમારીનું ગાણું ગાયા કરો તો રોગના કોષમાં વૃદ્ધિ થશે. તમે તમારા પૂરતા સ્વસ્થ શરીરનો જ અનુભવ કરો. બીમારીનો ઇલાજ ડૉક્ટરને કરવા દો.

બીમાર હોય ત્યારે લોકો મોટા ભાગે બધો વખત બીમારીની વાતો કરે છે. એનું કારણ એ જ છે કે આખો વખત તેઓ તેનો જ વિચાર કરે છે અને તેથી તેમની વાણીમાં તે જ વ્યક્ત થાય છે. તમને જરા સરખી બેચેનીનો અનુભવ થાય તો તેની ફરિયાદ કરવાની જરૂર નથી. સિવાય કે તમે વધુ બીમાર પડવા માગતા હો. એ જાણી લો કે તમારા

વિચારો જ તમારા સ્વાસ્થ્ય માટે જવાબદાર છે. બને ત્યાં સુધી આ વાત તમારી જાતને વારંવાર કહ્યા કરો, ''મને ઘણું સારું લાગે છે. હું મજામાં છું.'' અને એ પ્રમાણે અનુભવો. તમને સારું ન લાગતું હોય અને કોઈ તમારી ખબર પૂછે તો તમે એ વ્યક્તિનો આભાર માનો કે તેણે તમને યાદ કરાવ્યું કે તમારે વિચારવું જોઈએ કે તમને સારું લાગે છે. તમે જે કહેવા માગો છો તે જ વાત કહો.

તમને કોઈ વસ્તુનો 'ચેપ' ન લાગી શકે, સિવાય કે તમે એવું માનતા હો કે તેમ થઈ શકે. આવું બને તો તમારા વિચારો થકી તમે જ તેને આમંત્રિત કરો છો. લોકો જ્યારે તેમની માંદગીની વાત કરતા હોય અને તમે તે ધ્યાનથી સાંભળો, તો પણ તમે માંદગીને આમંત્રિત કરો છો. તમે જ્યારે સાંભળો છો ત્યારે તમારા વિચારો તથા ધ્યાન તેમાં પરોવાયેલા હોય છે અને કોઈ પણ બાબતમાં તમારું ચિત્ત કેન્દ્રિત હોય તો તેનો અર્થ એ જ કે તમે તેને આમંત્રિત કરો છો. વળી સાંભળીને તમે તેમને કોઈ મદદ નથી કરતા. ઊલટાના તમે તેમની પોતાની બીમારીની ક્ષમતા વધારી મૂકો છો. જો તમે બીમાર વ્યક્તિને મદદ કરવા માગતા હો તો વાતનો વિષય બદલીને તમે સારી વસ્તુઓ તરફ તેમનું ધ્યાન દોરો. જ્યારે તમે તે વ્યક્તિથી છૂટા પડી રહ્યાં હો ત્યારે તમારા ઉત્કટ વિચારો અને લાગણીઓ એવી રીતે તે વ્યક્તિને આપો કે એ સાજી થઈ જાય.

લીસા નિકોલ્સ

ધારો કે તમારી આસપાસ બે વ્યક્તિ છે અને બંને બીમાર છે. તેમાંથી એક વ્યક્તિ આનંદમાં રહેવાનું જ પસંદ કરે છે. તે શક્યતાઓ અને આશામાં જીવવાનું પસંદ કરે અને શા માટે તેણે ખુશખુશહાલ અને કૃતજ્ઞ રહેવું જોઈએ તેનાં કારણોમાં ધ્યાન કેન્દ્રિત કરે. જ્યારે બીજી વ્યક્તિને એ જ બીમારી છે પણ તે પોતાની બીમારી, પીડા અને દર્દમાં જ પોતાનું ધ્યાન કેન્દ્રિત કરવાનું પસંદ કરે છે. આમાંથી કઈ રીત વધારે સારી છે ?

બૉબ ડૉયલ

લોકો જો તેમનું ધ્યાન બીમારી અને તેનાં લક્ષણો પર જ કેન્દ્રિત રાખે તો તેઓ તેને વધારવાનું કામ કરે છે. જ્યાં સુધી તેમનું ધ્યાન બીમારી પરથી હટીને સારા થવા પર નહીં જાય ત્યાં સુધી તે સાજા નહીં થાય. એનું કારણ આકર્ષણનો નિયમ.

"આપણે એ યાદ રાખીએ કે દરેક અણગમતો વિચાર એક ખરાબ વસ્તુ જેવો હોય છે. જેને આપણે આપણા શરીરમાં રાખીએ છીએ."

પ્રેન્ટિસ મલફોર્ડ

ડૉ. જૉન હેજલિન

આપણા વિચારો સારા હોય છે ત્યારે આપણી બાયોકેમિસ્ટ્રી પણ સારી બની જાય છે જેથી આપણું શરીર સુખી અને સ્વસ્થ બની જાય છે. નકારાત્મક વિચારો અને તાણ શરીર પર અને મગજના કાર્ય પર વિપરીત અસર કરે છે. કારણ કે આપણાં વિચારો અને લાગણીઓ આપણા શરીરને સતત બનાવે છે, વ્યવસ્થિત રાખે છે, નવસર્જન કરે છે.

તમે શરીરની ગમે તેવી હાલત ઊભી કરી હોય તેમાં તમે અંદરથી અને બહારથી ફેરફાર લાવી શકો. મનમાં સારા વિચારો આવવા દો અને સુખી હોવાનો અનુભવ કરો. સુખ એ અનુભૂતિની અવસ્થા છે. તમારી આંગળી અત્યારે 'સુખની અનુભૂતિ'ના બટન પર છે. હમણાં જ તે દબાવો અને મજબૂત પકડ સાથે દબાવી જ રાખો. આજુબાજુમાં ભલે કંઈ પણ થતું હોય.

ડૉ. બેન જોન્સન

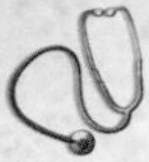

શારીરિક તાણ ઓછી કરો. ત્યાર પછી શરીરે જે કરવાનું છે તે કરે છે. તે આપોઆપ સાજું થવા લાગે છે.

રોગમાંથી મુક્ત થવા માટે તમારે સંઘર્ષ નથી કરવો પડતો. બસ તમે નકારાત્મક વિચારોને જતા કરશો તો કુદરતી રીતે તંદુરસ્તી આવી મળશે. તમારું શરીર આપોઆપ સારું થઈ જશે.

માઈકલ બર્નાર્ડ બૅકવિથ

મેં કિડનીને ફરીથી કાર્યરત થતી જોઈ છે. મેં કૅન્સરને ઓગળી જતું જોયું છે. મેં આંખની દૃષ્ટિને સુધરતી તથા ફરી આવતી જોઈ છે.

રહસ્યની ભાળ મળી એ અગાઉ ત્રણ વર્ષ સુધી હું વાંચવાનાં ચશ્માં ઉપયોગમાં લેતી હતી. એક વાર રાતના જ્યારે **રહસ્ય**ના સદીઓ જૂના જ્ઞાનને શોધી રહી હતી ત્યારે વાંચવા માટે મેં ચશ્માં શોધ્યાં, પણ પછી હું એકદમ અટકી ગઈ. મેં શું કર્યું હતું તેની અનૂભૂતિ મને વીજળીના ઝટકા જેવી લાગી.

મેં લોકો પાસેથી વાતો સાંભળી હતી કે ઉંમર વધવાની સાથે આંખોની દૃષ્ટિ ધૂંધળી થતી જાય છે. મેં લોકોને હાથ લંબાવીને આંખો ખેંચીને વાંચતા જોયા છે. ઉંમર વધવાની સાથે આંખોની દૃષ્ટિ ધૂંધળી થાય છે એ વાત મેં સ્વીકારી લીધી હતી. મેં કંઈ જાણી જોઈને તેમ કર્યું નહોતું, પણ કર્યું હતું ખરું. પણ મને ખબર હતી કે દૃઢપણે હું જે માનવા લાગી હતી તેમાં ફેરફાર લાવી શકાય છે, તેથી તરત જ મેં કલ્પના કરી કે એકવીસ વર્ષની ઉંમરે મારી જે તેજ દૃષ્ટિ હતી તેવી રીતે હમણાં પણ જોઈ શકું છું. આછા પ્રકાશવાળા રેસ્ટોરાંમાં, વિમાનમાં, મારા કમ્પ્યૂટર ઉપર હું તકલીફ વિના સ્પષ્ટપણે વાંચી શકું છું –

એવી મેં કલ્પના કરી. વારંવાર હું મારી જાતને કહેતી, 'હું સ્પષ્ટપણે જોઈ શકું છું.' મને સ્પષ્ટ દૃષ્ટિ આપવા બદલ કૃતજ્ઞતાની તથા ભાવુક થયાની લાગણી થઈ. ત્રણ દિવસમાં જ મને મારી દૃષ્ટિ પાછી મળી અને હવે મને ચશ્માંની જરૂર પડતી નથી. હું સ્પષ્ટપણે જોઈ શકું છું. મેં જ્યારે *ધ સિક્રેટ*ની ટીમના એક શિક્ષક ડૉ. બેન જૉન્સનને આ વાત કહી ત્યારે તેમણે મને કહ્યું કે, ''ત્રણ દિવસમાં દૃષ્ટિ પાછી લાવવા બદલ તમારી આંખો પર શું ગુજર્યું હશે તેનો ખ્યાલ છે ખરો ?'' મેં કહ્યું, ''ના. અને આભાર ઈશ્વરનો કે મને ખબર નહોતી. એ વાતનો તો મને ખ્યાલ જ નહોતો આવ્યો. મને એટલી જ ખબર હતી કે હું આ કરી શકીશ અને તેથી મેં ઝડપભેર કર્યું.'' (ક્યારેક અજ્ઞાનથી પણ લાભ થાય છે !)

ડૉ. જૉન્સને તેમના શરીરમાંથી 'અસાધ્ય રોગ'ને ભગાડ્યો હતો. તેની સરખામણીમાં મારી આંખોની દૃષ્ટિ મને પાછી મળે એ વાત તો કંઈ વિસાતમાં જ ન ગણાય. ખરેખર તો એક જ રાતમાં હું મારી દૃષ્ટિ પાછી મેળવવા માગતી હતી તેથી ત્રણ દિવસમાં જે કંઈ બન્યું તે મારે માટે ચમત્કાર નહોતો. બ્રહ્માંડમાં સમય અને કદની કંઈ વિસાત નથી, એ વાત યાદ રાખશો. ખીલ દૂર કરવા કે રોગ મટાડવો એ બંને તેને માટે સરખા છે. પ્રક્રિયા પણ સરખી છે, તફાવત તો આપણા મનમાં હોય છે. તેથી તમને ગમે તેવી બીમારી થઈ હોય તો પણ તેને ચહેરાના ખીલ જેવી ગણશો. બધા નકારાત્મક વિચારો દૂર કરો અને આદર્શ તંદુરસ્તી ઉપર ધ્યાન કેન્દ્રિત કરો.

કોઈ વસ્તુ ન મટી શકે તેવું ન હોય

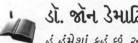

ડૉ. જૉન ડેમાર્ટિની

હું હંમેશાં કહું છું, અસાધ્યનો અર્થ એ કે જેનો અંદરથી ઉપચાર થઈ શકે છે.

હું માનું છું અને જાણું છું કે કોઈ વસ્તુ એવી નથી કે જે મટી ન શકે. કોઈ ને કોઈ તબક્કે કહેવાતા અસાધ્ય રોગો મટી જતા હોય છે. મારા મનમાં અને મેં સર્જેલા જગતમાં 'અસાધ્ય'ને સ્થાન નથી. આ વિશ્વમાં ઘણો બધો અવકાશ છે, તેથી અહીં જે બધા હાજર છે તે મારી સાથે જોડાઈ જાઓ. આ એવું જગત છે જ્યાં 'ચમત્કાર' એ રોજિંદી ઘટના છે. આ એવું જગત છે જેમાં સમૃદ્ધિની નદીઓ વહે છે. બધી સારી વસ્તુઓ અત્યારે તમારી અંદર છે. આ વાત આશ્ચર્યજનક નથી લાગતી ? હા, લાગે જ છે.

માઇકલ બર્નાર્ડ બૅકવિથ

તમે તમારી જિંદગી બદલી શકો છો. તમે તમારી જાતે સાજા થઈ શકો છો.

મૉરિસ ગૂડમૅન

લેખક અને આંતરરાષ્ટ્રીય વક્તા

મારી વાત માર્ચ ૧૦, ૧૯૮૧થી શરૂ થાય છે. આ દિવસે મારી જિંદગી સાચે જ બદલાઈ ગઈ. એ દિવસને હું ક્યારેય નહીં ભૂલું. હું વિમાનના અકસ્માતનો ભોગ બન્યો હતો. હૉસ્પિટલમાં સંપૂર્ણ લકવાગ્રસ્ત હાલતમાં હું હતો. મારી કરોડરજ્જુ તૂટી ગઈ હતી. મારી પહેલી અને બીજી સર્વાઇકલ વર્ટીબ્રો તૂટી ગઈ હતી. હું કંઈ ગળેથી ઉતારી નહોતો શકતો. હું ખાઈ કે પી શકતો નહોતો. મારી શ્વાસનળી નાશ પામી હતી. હું શ્વાસ નહોતો લઈ શકતો. ખાલી હું મારી આંખના પલકારા મારી શકતો હતો. ડૉક્ટરોએ તો કહી દીધું હતું કે હું હવે જિંદગીભર અપંગ બની જઈશ. ખાસ આંખ પલકારવા સિવાય બીજું કંઈ હું કરી શકીશ નહીં. એ લોકોએ મારી જિંદગીનું આવું ચિત્ર કલ્પ્યું હતું. અલબત્ત તે લોકો જે વિચારતા હતા તેનું મારે મન કંઈ જ મહત્ત્વ નહોતું. હકીકતમાં હું શું વિચારું છું તે મહત્ત્વનું હતું. મેં મારી જાતની એક સ્વસ્થ માનવી તરીકેની કલ્પના કરીને હૉસ્પિટલમાંથી ચાલીને જાઉં છું એવું દશ્ય કલ્પ્યું હતું.

હૉસ્પિટલમાં એક જ વસ્તુથી મારે કામ લેવાનું હતું અને તે હતું મારું મન. અને જો તમારું મન તમારી સાથે હોય તો તમે બગડેલી બાજી પણ સુધારી શકો છો.

મને રેસ્પિરેટર લગાડવામાં આવ્યું હતું, કેમ કે મારી શ્વાસનળી નાશ પામી હતી અને હું શ્વાસ નહોતો લઈ શકતો, પણ મારી અંદરથી એક અવાજ ઊઠતો હતો, ''ઊંડો શ્વાસ લે. ઊંડો શ્વાસ લે.'' છેવટે રેસ્પિરેટર હટાવવામાં આવ્યું. આવું કઈ રીતે બન્યું તે હૉસ્પિટલનાં લોકો સમજી શકતા નહોતા. મારા લક્ષ્ય કે દષ્ટિકોણને વિચલિત કરે એવી કોઈ બાબત થવા દેવાનું મને પોસાય તેમ નહોતું.

નાતાલને શુભ દિવસે હૉસ્પિટલમાંથી મેં નીકળવાનું નક્કી કર્યું હતું અને એમ જ થયું. એ લોકોએ તો કહ્યું હતું, એ શક્ય નહોતું. આ દિવસ હું ક્યારેય ભૂલી શકીશ નહીં.

અત્યારે આ પળે જે લોકો પીડા ભોગવી રહ્યા છે તે લોકોને માટે, મારી જિંદગીનો સારરૂપ સંદેશ તેઓ શું કરી શકે છે તો હું એ માત્ર આઠ શબ્દોમાં કહીશ, ''માણસ જે ધારે છે તે થઈ શકે છે.''

મૉરિસ ગૂડમૅન, 'ચમત્કારી વ્યક્તિ' તરીકે પ્રખ્યાત છે. ધ સિક્રેટમાં તેમની વાત એટલા માટે લીધી છે કે તેમાંથી એ સાબિત થાય છે કે માનવમન અદ્ભુત અને અમાપ શક્તિ ધરાવે છે. મૉરિસને અંદરની શક્તિનો અંદાજ હતો તેથી જ તે શક્તિને કામે લગાડવાનો વિચાર તેણે કર્યો. કંઈ પણ શક્ય છે. મૉરિસ ગુડમૅનની અનુભવકથાએ હજારો લોકોને પ્રેરણા આપી છે, જેને લીધે તેઓએ અલગ રીતે વિચારીને, કલ્પના કરીને તથા અનુભવીને પોતાનું ગુમાવેલું સ્વાસ્થ્ય પાછું મેળવ્યું છે. એમની જિંદગીમાં જે મોટામાં મોટો પડકાર આવ્યો તેને તેમણે અતિમૂલ્યવાન ભેટમાં ફેરવી નાખ્યો.

ધ સિક્રેટ ફિલ્મ જ્યારથી રિલીઝ થઈ છે ત્યારથી એવી ચમત્કારિક કથાઓનો પ્રવાહ ચાલુ રહ્યો છે જેમાં લોકોએ ફિલ્મ જોઈને પોતાના શરીરમાંથી જાતજાતના રોગો દૂર થયા હોવાનું જણાવ્યું છે. તમને ભરોસો હોય તો કંઈ પણ શક્ય છે.

અંતમાં સ્વાસ્થ્યના વિષય ઉપર ડૉ. બૅન જૉન્સનના પ્રેરણાત્મક શબ્દોને તમારા લાભાર્થે અહીં રજૂ કરું છું, ‘‘આપણે હવે ઊર્જા ચિકિત્સાના યુગમાં પ્રવેશી ચૂક્યા છીએ. દરેક વસ્તુને તેની ફ્રીક્વન્સી હોય છે. તમારે માત્ર એટલું કરવાનું રહે છે, ફ્રીક્વન્સી બદલવાનું અથવા એ દિશાની ફ્રીક્વન્સી ઊભી કરવાનું. દુનિયામાં કંઈ પણ બદલવાનું સાવ સહેલું છે. પછી તે બીમારીને લગતી વાત હોય કે લાગણીની બાબત હોય. આ એક મહાન બાબત છે. આપણા જીવનમાં પ્રગટ થનારું અત્યાર સુધીનું સૌથી મોટું રહસ્ય છે.’’

રહસ્યસાર

- પ્લાસીબો ઇફેક્ટ એ આકર્ષણનો નિયમ કેવી રીતે કામ કરે છે તેનું ઉદાહરણ છે. જ્યારે દર્દી ખરેખર માનતો હોય કે આ ગોળીથી આરામ થશે, તો તે જે માને છે તે પ્રમાણે ચોક્કસ તેને રાહત થાય છે.

- સંપૂર્ણ સ્વાસ્થ્ય પર ધ્યાન કેન્દ્રિત કરવાનું આપણા જ હાથમાં છે, ભલે આસપાસમાં કંઈ પણ થતું હોય.

- હાસ્ય એ આનંદ આપે છે, નકારાત્મકતાને બહાર કાઢે છે અને ચમત્કારિક રીતે રોગમાંથી મુક્તિ અપાવે છે.

- રોગના વિચારો, બીજાની માંદગીનું નિરીક્ષણ અને માંદગી તરફ વધારે અપાતું ધ્યાન – આ બધાને લીધે રોગ શરીરમાં પ્રવેશે છે. તમને થોડીક બેચેની લાગતી હોય તો તેની વાત કરશો નહીં, સિવાય કે તમારે વધારે બીમારી જોઈતી હોય. તમે માંદા માણસની માંદગીની વાતો ધ્યાનથી સાંભળો તો તમે તેની બીમારીને શક્તિ પૂરી પાડો છો. તેને બદલે વાતચીતને સારી બાબતો તરફ વાળો. તમારા સશક્ત વિચારો તે માણસને સાજા થવામાં મદદરૂપ થશે.

- ઉંમર વિશેની માન્યતાઓ આપણા મનને લીધે છે. તમારા ચિત્તમાંથી એ વાત કાઢી નાખો. આરોગ્ય અને ચિરયૌવન પર ધ્યાન કેન્દ્રિત કરો.

- આસપાસના લોકો રોગ અને ઉંમર વિશે ગમે તે વાત કરતા હોય તેને ધ્યાનમાં ન લો. નકારાત્મક વાતોથી તમારું ભલું નહીં થાય.

INTELLECTUAL
FINANCIAL
CIVIC

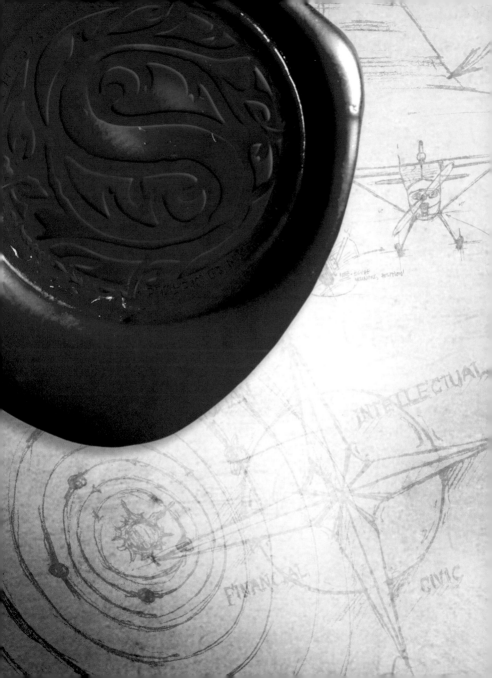

સંસારનું રહસ્ય

લીસા નિકોલ્સ

લોકોને આદત હોય છે, તેમની મનગમતી ચીજો જોઈને કહેવાની, ‘મને આ ગમે છે, મને તે જોઈએ છે.’ જોવાની વાત એ છે કે તેમને નહીં ગમતી ચીજો તરફ પણ તેઓ એટલું જ ધ્યાન આપશે, એને માટે પણ એટલી જ શક્તિ ખર્ચશે - એવું માનીને કે તેઓ તેને જાકારો આપી શકશે, તેને ખતમ કરી શકશે, તેને નેસ્તનાબૂદ કરી શકશે. આપણા સમાજમાં આપણે વસ્તુઓ સામેની લડત ચલાવવામાં પાવરધા છીએ. કેન્સર વિરુદ્ધની લડત, ગરીબી સામેની લડત, યુદ્ધ વિરોધી લડત, નશાકારક દવાઓ સામેની લડત, આતંકવાદ સામેની લડત, હિંસા સામેની લડત. જે ચીજ આપણને નથી જોઈતી તેની સામે લડવા આપણે તત્પર છીએ, પણ તેને લીધે જ તો આપણે ભાગે વધુ લડવાનું આવે છે !

હેલ ડ્રવોસ્કિન

શિક્ષક અને ધ સેડોના મેથડના લેખક

જેમાં પણ આપણે ધ્યાન કેન્દ્રિત કરીએ તેને આપણે સર્જીએ પણ છીએ. દાખલા તરીકે યુદ્ધ, કલહ અથવા યાતના પર ખરેખર ગુસ્સો આવતો હોય તો આપણે આપણી ઊર્જા ખર્ચીએ છીએ.

આપણે પૂરા તેમાં જોડાઈએ છીએ, જેને પરિણામે આપણે સંઘર્ષ સર્જીએ છીએ.

"તમે જેનો વિરોધ કરો છો તે ટકી રહે છે."

કાર્લ યુંગ (૧૮૭૫-૧૯૬૧)

બૉબ ડૉયલ

તમે જેનો વિરોધ કરો છો તે એટલા માટે ટકી રહે છે, કારણ તમે જેનો સામનો કરો છો તેના વિશે કહો છો, "મને આ ચીજ નથી જોઈતી કેમ કે અમુક રીતે તે મને બેચેન કરી મૂકે છે, જેવું અત્યારે મને થાય છે." આ રીતે તમે તીવ્ર લાગણી દ્વારા એવો સંદેશો મોકલો છો, "મને આ લાગણી ગમતી નથી." અને પછી બદલામાં તમને આ લાગણી પાછી મળે છે.

કોઈ પણ બાબતનો વિરોધ કરવાનો અર્થ એ કે અગાઉ મોકલેલાં બહારનાં દશ્યો બદલી નાખવા. આ એક નકામી કોશિશ છે. તમારે તમારી અંદર જવું પડશે અને તમારા વિચારો તથા લાગણીઓ દ્વારા નવાં દશ્યો સર્જવા, નવો સંકેત આપવો પડશે.

તમે વિરોધ કરો છો ત્યારે એવું લાગે છે કે તમને જે દશ્યો નથી ગમતાં તેની પાછળ તમે વધારે શક્તિ ખર્ચો છો, જેને પરિણામે તમને એ દશ્યો અનેક ગણાં થઈને પાછાં મળે છે. આવામાં પ્રસંગ કે પરિસ્થિતિ વધુ ખરાબ બને છે, કારણ કે આ બ્રહ્માંડનો નિયમ છે.

જૅક કૅનફિલ્ડ

યુદ્ધવિરોધી આંદોલનો વધારે યુદ્ધો સર્જે છે, નશીલી દવાઓ સામેની લડત તેમાં વધારો કરે છે, કારણ કે આપણે એ વસ્તુ ઉપર ધ્યાન કેન્દ્રિત કરીએ છીએ જે આપણને નથી જોઈતી – નશીલી દવા !

લીસા નિકોલ્સ

લોકો એવું માને છે કે કોઈ પણ વસ્તુને દૂર કરવી હોય તો ધ્યાન તેના પર કેન્દ્રિત કરો. અમુક સમસ્યાઓની પાછળ આટલી શક્તિ ખર્ચવાનો અર્થ ખરો ? તેને બદલે વિશ્વાસ, પ્રેમ, સમૃદ્ધ જીવન, શિક્ષણ અને શાંતિ – એવામાં ધ્યાન કેન્દ્રિત કરીએ તો કેવું ?

જેક કેનફિલ્ડ

મધર ટેરેસા ખરેખર મહાન હતાં. તેમણે કહ્યું હતું, "હું યુદ્ધવિરોધી રૅલીમાં ભાગ નહીં લઉં. જો તમે શાંતિ માટે રૅલી કાઢતા હો તો મને બોલાવજો." તેમને ખબર હતી. તેમને **રહસ્ય**ની જાણ હતી. તેમણે કરેલાં કાર્યો પર ધ્યાન આપો તો ખ્યાલ આવશે.

હેલ ડ્વોસ્કિન

તેથી યુદ્ધના વિરોધી થવાને બદલે શાંતિના સમર્થક બનો. તમે ભૂખમરાના વિરોધી હો તો તમે એવાં લોકોને ટેકો આપો, જે દરેકને પૂરતું ભોજન મળી રહે તે માટે પ્રયત્નો કરતા હોય. જો તમે કોઈ રાજકારણીના વિરોધી હો તો તેના હરીફને ટેકો આપો. ઘણી વાર એવું બનતું હોય છે કે લોકો જેનો ખૂબ વિરોધ કરતા હોય તે વ્યક્તિ ચૂંટણીમાં જીતી જાય, કારણ તેના કેન્દ્રમાં લોકોની બધી શક્તિ ભેગી થાય છે.

દુનિયાની દરેક ચીજની શરૂઆત એક વિચારથી થઈ. જે વસ્તુ મોટી હોય તે વધારે મોટી એટલા માટે થાય છે કેમ કે એ વસ્તુનો આકાર બન્યા પછી લોકો એના પર વધારે ધ્યાન આપે છે. પછી તો આ વિચારો તથા લાગણી એ વસ્તુને ટકાવી રાખે છે અને મોટી કરે છે. જો આપણે આપણા ચિત્તને નકામી વસ્તુઓ પરથી હટાવીને પ્રેમમાં કેન્દ્રિત કરીએ તો નકામી વસ્તુ નહીં ટકી શકે. એનું બાષ્પીભવન થઈ જશે અને એ અદશ્ય થઈ જશે.

"આ એક સૌથી અઘરું અને સૌથી અદ્ભુત કથન છે, જે સ્વીકારવાનું મુશ્કેલ છે. ગમે તેવી વિટંબણા હોય, ક્યાં પણ હોય અને કોને અસર કરતી હોય પણ એટલું ખ્યાલમાં રાખો, સમસ્યા તમારી સાથે જ છે. તમારે બીજું કંઈ કરવાનું નથી, તમારે તમારી જાતને જગતમાં જે સાકાર થયેલું જોવા માગો છો એ ચીજની સચ્ચાઈનો ભરોસો અપાવવાનો છે."

ચાર્લ્સ હાનેલ

જૅક કૅનફિલ્ડ

અણગમતી બાબતોમાં ધ્યાન આપવું એ સ્વાભાવિક છે, કારણ કે તમે તમારી જાતને કહો છો, "આ મારે નથી જોઈતું." પણ હકીકત એ છે કે તમને ન જોઈતી બાબતો વિશે તમે જેટલું કહો, એ કેટલી ખરાબ છે, એના વિશે વાંચતા રહો, 'કેવી ભયાનક છે !' એમ કહો તો એનો અર્થ એમ થાય કે તમે એવી વધારે બાબતો સર્જવાનું નિમિત્ત બનો છો.

નકારાત્મક બાબતો પ્રત્યે ધ્યાન દોરીને તમે જગતને કોઈ રીતે મદદરૂપ ન થાઓ. જગતની નકારાત્મક ઘટનાઓમાં ધ્યાન પરોવીને તમે તેમાં વધારો કરશો તેને લીધે ઊલટાનું તમારી પોતાની જિંદગીમાં પણ એવી નકારાત્મક ઘટનાઓ ઘટશે.

જ્યારે તમને ન ગમતી બાબતોનાં દશ્યો દેખાવા લાગે ત્યારે તમારે વિચારો બદલાવીને નવા સંકેત મોકલવા જોઈએ. જગતની સ્થિતિ અંગે તમે કંઈ લાચાર નથી. તમારા હાથમાં પૂરતી શક્તિ છે. 'દરેક વ્યક્તિ આનંદમાં રહે', એ વસ્તુમાં ધ્યાન કેન્દ્રિત કરો, 'અઢળક અનાજ છે' એ વાતમાં ધ્યાન પરોવો. કઈ વસ્તુઓની જરૂર છે એ બાબતોનો વિચાર કરો. પ્રેમ અને સહુનું સારું થાય એવો ભાવ પ્રસરાવીને તમે જગતને ઘણું આપી શકો, ભલેને આજુબાજુમાં કંઈ પણ ચાલી રહ્યું હોય.

જેમ્સ રે

ઘણી વાર લોકો મને કહેતા હોય છે, "જેમ્સ, મારે જાણવું તો જોઈએ." સાચી વાત છે, જાણવું જોઈએ, પણ જાણકારીઓથી દટાઈ જાઓ એવું ન બનવું જોઈએ.

જ્યારે મેં **રહસ્ય** વિશે જાણ્યું ત્યારે મેં એક નિર્ણય લીધો કે હવેથી ટેલિવિઝન ઉપર સમાચાર બુલેટિન જોઈશ નહીં કે છાપાં વાંચીશ નહીં. કારણ તેમ કરવાથી મારા લાગણીતંત્ર પર અસર થતી હતી. ન્યૂઝ સર્વિસ કે ન્યૂઝ પેપર્સને ખરાબ સમાચાર ફેલાવવા માટે દોષ દઈ શકાય નહીં. વિશ્વનાગરિક તરીકે આપણે બધા જ તે માટે જવાબદાર છીએ. જ્યારે કોઈ દુર્ઘટનાના સમાચાર હેડલાઇન્સ બને છે ત્યારે આપણે વધારે અખબારો ખરીદીએ છીએ. રાષ્ટ્રીય કે આંતરરાષ્ટ્રીય સ્તરે કોઈ આપત્તિ સર્જાય છે ત્યારે ન્યૂઝ ચેનલોનું રેટિંગ આસમાને પહોંચે છે. આ રીતે અખબારો અને ન્યૂઝ ચેનલો આપણને વધારે ખરાબ સમાચારો પીરસે છે, કારણ આપણો સમાજ તે માગે છે. મીડિયા તો અસર છે, આપણે કારણ છીએ. આકર્ષણના નિયમની કાર્યશીલતાને લીધે આ બને છે.

જો આપણે નવો સંકેત મોકલાવીને આપણને જે જોઈએ છે તેના પર ધ્યાન કેન્દ્રિત કરીએ તો ન્યૂઝ પેપર્સ અને ન્યૂઝ ચેનલોને અભિગમ બદલવાની ફરજ પડશે.

માઇકલ બર્નાર્ડ બેકવિથ

સ્વસ્થ અને શાંત રહેવાનું શીખો. તમને જે નથી જોઈતું તેના પરથી ધ્યાન હટાવો. તેની લાગણીતંત્ર પર કોઈ અસર ન થાય તે જુઓ. તમારું પૂરેપૂરું ધ્યાન તમે જે અનુભવ લેવા ઇચ્છો છો તેના પર કેન્દ્રિત કરો. જ્યાં તમારું ધ્યાન પહોંચે છે ત્યાં શક્તિનો સ્રોત વહેવા લાગે છે.

“જો તમે હૃદયથી ઇચ્છશો તો તમારા વિચારો મારફતે દુકાળપીડિતોને ખાવાનું પણ મળી શકે છે.”

હોરેશિયો બૉનર (૧૮૦૮-૧૮૮૯)

તમે એ વસ્તુને સમજી રહ્યાં છો કે તમારા અસ્તિત્વ થકી તમે અમાપ શક્તિના માલિક છો ? જેવું તમે સુંદર વસ્તુઓ પર ધ્યાન કેન્દ્રિત કરો તેવું તમને સારું લાગવા માંડે તેથી તમે સારી સારી વસ્તુઓ વિશ્વ માટે લાવી શકો. તે સાથે જ તમારા જીવનમાં પણ સારી વસ્તુઓ આવવા લાગે. તમને સારું લાગે તેથી તમે તમારી જિંદગીને ઊંચે લઈ જાઓ છો અને જગતને પણ ઊંચે લઈ જાઓ છો.

નિયમ મજબૂત છે અને આદર્શ રીતે કામ કરે છે.

ડૉ. જૉન ડેમાર્ટિની

હું હંમેશાં કહેતો આવ્યો છું કે જે દિવસે અંદરનો અવાજ અને અંદરનું દર્શન, બહારના લોકોના અભિપ્રાયોથી વધુ સશક્ત, સ્પષ્ટ અને ઝડપી બને ત્યારથી તમે જીવન ઉપર પ્રભુત્વ મેળવી લીધું છે.

લીસા નિકોલ્સ

તમારી આસપાસના જગતને કે લોકોને બદલવાનું કામ તમારું નથી. બ્રહ્માંડની અંદરના પ્રવાહ સાથે વહેવું અને અંદર જે વિશ્વ અસ્તિત્વ ધરાવે છે તેની ઉજવણી કરવી એ કામ તમારું છે.

તમે તમારી જિંદગીના માલિક છો અને બ્રહ્માંડ તમારા દરેક હુકમને માન આપે છે. તમને જે ન જોઈતી હોય એવી ચીજોનાં દશ્યો તમને ડગાવી ન દે એ જોવાનું કામ તમારું છે. એ દશ્યોની જવાબદારી તમે લો, એ દશ્યોને હળવાશથી લો અને પછી ભૂલી જાઓ.

પછીથી તમને જે જોઈતું હોય તેના વિચારો નવેસરથી કરો, તેને માટેની લાગણી અનુભવો અને ધારેલું મળી ચૂક્યું છે એમ માનીને આભાર વ્યક્ત કરો.

બ્રહ્માંડનો ભંડાર અખૂટ છે

ડૉ. જો વિટાલ

એક ને એક પ્રશ્ન જે વારંવાર મને પૂછવામાં આવે છે તે એ કે, દરેક જણ **રહસ્ય**નો પ્રયોગ કરે અને બ્રહ્માંડનો એક કૅટલૉગ તરીકે ઉપયોગ કરે તો એવું ન થાય કે બધી વસ્તુઓ ખૂટી જાય ? બધા એની પાછળ પડીને બ્રહ્માંડની બૅન્કનું દેવાળું તો નહીં કાઢે ?

માઇકલ બર્નાર્ડ બૅકવિથ

રહસ્યના જ્ઞાનનું સુંદર પાસું એ છે કે તેમાં દરેક જણને પૂરતું મળી રહે એવી વ્યવસ્થા છે.

એક જૂઠાણું માનવમનમાં વાઇરસની માફક ફેલાઈ જાય છે. એ જૂઠાણું છે, ''આસપાસમાં ક્યાંય સારું તત્ત્વ નથી. અભાવ છે, મર્યાદા છે, અપૂરતું છે.'' આ જૂઠાણાંને કારણે લોકો ભય, લોભ અને કંજૂસાઈમાં જીવે છે. પછી ભય, લોભ, કંજૂસાઈ અને અભાવ એ લોકોનો અનુભવ બની જાય છે. તેથી વિશ્વ જાણે કે એક દુઃસ્વપ્ન જોઈ રહ્યું છે.

સત્ય એ છે કે આસપાસમાં બધી જ સારી વસ્તુઓ પૂરતા પ્રમાણમાં છે. સર્જનાત્મક વિચારોનો અભાવ નથી. પૂરતી શક્તિ છે, પૂરતો પ્રેમ છે, જરૂર કરતાં વધારે આનંદ છે. આ બધું એક મનની મારફતે આકાર પામે છે. મન પોતાની અનંત પ્રકૃતિ વિશે જાગ્રત છે.

દુનિયામાં વસ્તુઓનો અભાવ છે એવો વિચાર ત્યારે જ આવે જ્યારે આપણે બહારનાં દશ્યોને જોઈએ છીએ. એવું વિચારીએ છીએ કે બધાં દશ્યો બહારથી આવે છે. તમે જો આમ કરો તો એ તમારી દૃષ્ટિની ખામી તથા મર્યાદા છે. પહેલી વાત તો તમારે એ જાણવી જોઈએ કે કોઈ વસ્તુ બહારથી આવતી નથી. દરેક વસ્તુ અંદરના વિચાર તથા લાગણીને કારણે આકાર પામે છે. તમારું ચિત્ત બધી વસ્તુઓ સર્જવાની ક્ષમતા ધરાવે છે. તો પછી અભાવનો સવાલ જ ક્યાં છે ? એ અશક્ય છે. તમારી વિચારવાની ક્ષમતા અમર્યાદિત છે તેથી અસ્તિત્વમાં લાવી શકાય એવી વસ્તુઓની કોઈ સીમા નથી. દરેક વ્યક્તિ માટે આ સાચું છે. તમે આ સાચી રીતે જાણો તો પછી તમે મનની અનંત પ્રકૃતિથી પરિચિત થાઓ છો.

જેમ્સ રે

દરેક ઉત્તમ શિક્ષક જે આ પૃથ્વી પર આવ્યા, તેમણે કહ્યું કે જીવન એ સમૃદ્ધિનો ભંડાર છે.

''આ નિયમનો સાર એ છે કે તમારે સમૃદ્ધિનો જ વિચાર કરવાનો છે. સમૃદ્ધિનો જ જુઓ, જાણો અને તેમાં વિશ્વાસ રાખો. મર્યાદાનો કોઈ વિચાર તમારા મનમાં આવવો ન જોઈએ.''

રૉબર્ટ કૉલિયર

જોન અસારાફ

જ્યારે તમને લાગતું હોય કે સંસાધનો ખૂટી ગયાં છે ત્યારે આપણને નવાં સંસાધનો મળે છે જેના દ્વારા લક્ષ્ય સિદ્ધ થાય છે.

બેલીઝ ઑઇલ ટીમની સત્યઘટના મનુષ્યમનની સંસાધન શોધવાની ક્ષમતાનું પ્રેરણાત્મક ઉદાહરણ છે. બેલીઝ નેચરલ એનર્જી લિમિટેડ કંપનીના ડિરેક્ટર્સે હ્યુમેનિસ્ટિક ફિઝિયોલૉજી ટ્રેનિંગના નિષ્ણાત ડૉ. ટોની ક્વિન પાસેથી તાલીમ લીધી હતી. ડૉ. ક્વિનની માઇન્ડ પાવર ટ્રેનિંગને લીધે આ ડિરેક્ટર્સને સંપૂર્ણ વિશ્વાસ હતો કે દેશની સૌથી સફળ ઑઇલ ઉત્પન્ન કરતી કંપનીનું તેમણે દોરેલું માનસચિત્ર જરૂર સાકાર થશે.

એ લોકોએ સ્પેનિશ લૂકઆઉટમાં તેલ શોધવા માટે ડ્રીલિંગ કરવાનું હિંમતભર્યું પગલું ભર્યું અને એક જ વરસમાં તેમણે જોયેલું સપનું સાકાર થયું. બેલીઝ નેચરલ ઍનર્જી લિમિટેડ દ્વારા શોધાયેલું તેલ ઉચ્ચતમ ગુણવત્તા ધરાવતું હતું અને તેનો સ્રોત અખૂટ હતો. બીજી પચાસ કંપનીઓ આ જગ્યાએથી ઑઇલ શોધવામાં નિષ્ફળ નીવડી હતી. બેલીઝ ઑઇલ કંપનીએ નામ કાઢ્યું હતું તે તેમની અસાધારણ ટીમને લીધે, જેઓ મનની અમર્યાદિત શક્તિમાં વિશ્વાસ ધરાવતા હતા.

કોઈ વસ્તુની મર્યાદા હોતી નથી – સંસાધન કે બીજું કંઈ પણ. માનવમનમાં તેની મર્યાદા હોય છે. આપણે આપણા મનને અમર્યાદિત સર્જનાત્મક શક્તિ માટે ખુલ્લું કરી દઈએ તો આપણે અઢળકને માટે માર્ગ ખુલ્લો કરી શકીશું અને એક નવા વિશ્વનો આપણને અનુભવ થશે.

ડૉ. જૉન ડેમાર્ટિની

આપણે જ્યારે કહીએ કે પૂરતું નથી તો તેનું કારણ એ જ કે આપણી આસપાસની સૃષ્ટિને જોવાની અને જાણવાની દૃષ્ટિ આપણી પાસે નથી.

ડૉ. જો વિટાલ

લોકો જો પોતાના અંતરને અનુલક્ષીને જીવવા લાગે અને તેમને જોઈતી વસ્તુની પાછળ પડે તો બધા કંઈ એક જ વસ્તુ નહીં માગે અને એ જ તો એની મજા છે. બધાને કંઈ બી.એમ.ડબ્લ્યુ. કાર નથી જોઈતી હોતી, બધા કંઈ એક જ વ્યક્તિની ઝંખના નથી કરતા. આપણે બધા કંઈ એક જ અનુભવ લેવા નથી માગતા. આપણને બધાને કંઈ એક જ પ્રકારનાં કપડાં નથી જોઈતાં. આપણને બધાને કંઈ.................. (તમે ખાલી જગ્યા પૂરો) નથી જોઈતું.

તમે આ અદ્‌ભુત ગ્રહ પર અજાયબ શક્તિના આશીર્વાદ મેળવીને તમારું જીવન સર્જવા આવ્યા છો. તમે જે કંઈ પણ સર્જી શકો તેમાં કોઈ મર્યાદા નથી. કારણ કે તમારી વિચારવાની શક્તિ અમર્યાદિત છે, પણ તમે કંઈ તેનાથી બીજા લોકોનું જીવન નહીં જ સર્જી શકો. તમે તેમના વતી વિચારી નહીં શકો અને જો તમે તમારા અભિપ્રાયો બીજાઓ ઉપર લાદવા જશો તો તમને પણ એવી જ શક્તિ આકર્ષશે. તેથી બીજાઓને તેમને જેવી જોઈએ છે તેવી જિંદગી જીવવા દો.

માઇકલ બર્નાર્ડ બૅકવિથ

દરેક વ્યક્તિ માટે પૂરતું છે. તમે જો માનો તો, તમે જો જોઈ શકો તો, એ પ્રમાણે અમલમાં મૂકો તો તે તમારી સામે પ્રગટ થશે. આ એક સત્ય છે.

"જો તમારી પાસે અછત હોય, જો તમે ગરીબીના ભોગ બન્યા હો અથવા રોગગ્રસ્ત હો તો તેનો અર્થ એ જ કે તમારી પાસે જે શક્તિ છે તેમાં તમને વિશ્વાસ નથી અથવા તમે તે સમજી શકતા નથી. બ્રહ્માંડે તમને આ આપ્યું છે એવો સવાલ જ ઊભો થતો નથી. એ દરેકને દરેક વસ્તુ આપે જ છે. તેમાં કોઈ પક્ષપાત નથી."

રૉબર્ટ કૉલિયર

બ્રહ્માંડ તો દરેકને બધી વસ્તુ આપવા તત્પર છે, આકર્ષણના નિયમ દ્વારા. તમે કયો અનુભવ લેવા માગો છો તે પસંદ કરવાની ક્ષમતા તમારી પાસે છે. તમે એવું ઇચ્છો છો ને કે તમારે માટે અને અન્ય દરેક માટે પૂરતું હોય ? તો પછી પસંદ કરો અને જાણો, 'દરેક વસ્તુ પૂરતી છે.' 'અમર્યાદિત પુરવઠો છે.' 'બધું ભવ્ય છે.' આપણાં વિચારો તથા લાગણીઓ દ્વારા અમર્યાદિત અને અદૃશ્ય પુરવઠામાંથી મેળવવાનો અને આપણા અનુભવજગતમાં લઈ આવવાની આપણી ક્ષમતા છે. તેથી તમારે માટે પસંદ કરો, કારણ કે તમે જ એક એવા છો, જે તેમ કરી શકે છે.

લીસા નિકોલ્સ

દરેક વસ્તુ જે તમને જોઈએ છે – સુખ, આનંદ, પ્રેમ, જથ્થો, સમૃદ્ધિ, આશીર્વાદ – એ બધું તમારે માટે તૈયાર પડ્યું છે. તમારે માત્ર હાથ લંબાવવાની જરૂર છે. તમને તેની ભૂખ હોવી જોઈએ. તમારો તે માટે ઇરાદો હોવો જોઈએ. તમે તેનો ઇરાદો રાખો છો, એને માટેની ધગશ છે તો પછી બ્રહ્માંડ તમને જોઈએ છે તે દરેક ચીજ મોકલી આપશે. તમારી આસપાસની સુંદર અને અદ્ભુત વસ્તુઓને જુઓ અને તેને આશીર્વાદ આપો અને તેના વખાણ કરો. બીજી બાજુ વસ્તુઓ જે રીતે કામ કરવી જોઈએ તે રીતે કામ કરતી નથી એવું તમને લાગે તો એની ફરિયાદમાં તમારી શક્તિ વેડફશો નહીં. તમને જે જોઈએ છે તેની જ ઝંખના કરશો તો તમને તે વધુ પ્રમાણમાં મળશે.

લીસાના ડહાપણભર્યા શબ્દો સોના જેટલા જ મૂલ્યવાન છે કે આસપાસની વસ્તુઓને ''આશીર્વાદ આપો અને તેના વખાણ કરો.'' તમારા જીવનની દરેક બાબતને આશીર્વાદ આપો અને વખાણ કરો. જ્યારે તમે પ્રશંસા કરો છો તથા આભાર માનો છો ત્યારે પ્રેમની ઉચ્ચતમ ફ્રીક્વન્સી પર તમે હો છો. બાઇબલમાં જણાવાયું છે તેમ હિબ્રૂ પ્રજા સ્વાસ્થ્ય, સંપત્તિ તથા સુખ માટે આશીર્વાદ આપતી હતી. આશીર્વાદની શક્તિનો તેમને ખ્યાલ હતો. મોટા ભાગના લોકો જ્યારે છીંક ખાય છે ત્યારે જ આશીર્વાદ માગે છે. તેઓ આ મહાનતમ શક્તિનો પૂરો ફાયદો ઉઠાવી શકતા નથી. ડિક્શનરીમાં 'બ્લેસિંગ' શબ્દનો આવો અર્થ આપેલો છે, ''દૈવી કૃપા માગવી, સુખ-શાંતિ અને સમૃદ્ધિ આપવી.'' તેથી આ પળે જ આશીર્વાદની શક્તિને તમારા જીવનમાં જગાડો, દરેક વ્યક્તિને આશીર્વાદ આપો. અને તેવું જ પ્રશંસાનું પણ છે કારણ કે કોઈ વ્યક્તિ અથવા વસ્તુની જ્યારે તમે પ્રશંસા કરો છો ત્યારે તમે તેને પ્રેમ આપો છો. આ રીતે તમે પરમ શક્તિને દિવ્ય ફ્રીક્વન્સી પર પ્રસારિત કરો છો તો તમને તે સો ગણી થઈને પાછી મળશે.

પ્રશંસા અને આશીર્વાદ નકારાત્મકતાને ઓગાળી દે છે, તેથી તમારા શત્રુઓની પણ પ્રશંસા કરો અને તેમને આશીર્વાદ આપો. તમે તેમને શાપ આપશો તો બદલામાં તમને પણ શાપ જ મળશે જે તમારું નુકસાન કરશે. તમે તેમની પ્રશંસા કરો અને તેમને આશીર્વાદ આપો તો બધી નકારાત્મકતા ઓગળી જશે. બદલામાં તમને પ્રેમ, પ્રશંસા અને આશીર્વાદ મળશે. તમે પ્રશંસા કરો અને આશીર્વાદ આપો એટલે ફ્રીક્વન્સી બદલાશે અને બદલામાં તમને સારી લાગણી મળશે.

ડૉ. ડેનિસ વેટલી

*ભૂતકાળના ઘણાખરા નેતાઓ **રહસ્ય**નો અગત્યનો અંશ ચૂકી ગયા હતા. અને તે અંશ છે અન્યોને શક્તિ પ્રદાન કરવી, અન્યો સાથે સહભાગી થવું.*

જીવતા રહેવા માટે ઇતિહાસનો આ ઉત્તમ સમય છે. પહેલી વાર જ્ઞાન મેળવવા માટેની શક્તિ આપણી આંગળીને ટેરવે છે.

આ જ્ઞાનને લીધે તમે વિશ્વનું સત્ય, તમારી જાતનું સત્ય પામી શકો છો. જગતના **રહસ્ય** વિશેની મારી આંતરસૂઝ માટે રૉબર્ટ કૉલિયેર, પ્રેન્ટિસ મલફૉર્ડ, ચાર્લ્સ હાનેલ અને માઇકલ બર્નાર્ડ બૅકવિથના શિક્ષણને હું જવાબદાર ગણું છું. આ સમજને લીધે સંપૂર્ણ સ્વતંત્રતા મળી. હું આશા રાખું છું કે તમે પણ સ્વતંત્રતાના આ મુકામ સુધી પહોંચો. જો તમે તેમ કરી શકો તો તમારા અસ્તિત્વ મારફતે અને તમારી વિચારવાની શક્તિને લીધે તમે જગતનું અને એ રીતે માનવજાતિનું ભલું કરી શકશો.

રહસ્યસાર

- જેનો તમે વિરોધ કરો છો, તેને તમે તમારા તરફ આકર્ષો છો. કારણ કે તમારી લાગણીઓ દ્વારા તમે સજ્જડ રીતે તેની પકડમાં હો છો.

- નકારાત્મક વસ્તુઓ ઉપર ધ્યાન કેન્દ્રિત કરીને તમે જગતને મદદરૂપ ન થઈ શકો. જગતની નકારાત્મક ઘટનાઓ પર ધ્યાન કેન્દ્રિત કરીને તમે એમાં વધારો કરો છો એટલું જ નહીં, તમારા પોતાના જીવનમાં પણ નકારાત્મક બાબતોનો ઉમેરો કરો છો.

- જગતની સમસ્યાઓમાં ધ્યાન આપવાને બદલે તમે વિશ્વાસ, પ્રેમ, સમૃદ્ધિ, શિક્ષણ અને શાંતિમાં તમારું ધ્યાન પરોવો.

- સારી વસ્તુઓની ક્યારેય અછત ન વર્તાય, કેમ કે દરેકને આપવા માટે આ બ્રહ્માંડ પાસે જરૂરિયાતથી વધુ છે. જીવન એ તો જોઈતી વસ્તુઓ મેળવવા માટેનો રાજમાર્ગ છે.

- તમારા વિચારો અને લાગણીઓ દ્વારા અમર્યાદિત પુરવઠાનો લાભ લેવાનું તથા તેનો અનુભવ લેવાનું તમારા હાથમાં છે.

- જગતની દરેક બાબતની પ્રશંસા કરો, તેને આશીર્વાદથી આપો. એને લીધે નકારાત્મકતા ઓગળી જશે, કડવાશ નહીં રહે અને તમારી જાતને સૌથી ઊંચી ફ્રીક્વન્સી – પ્રેમ – પર મૂકી શકશો.

તમારા માટે રહસ્ય

ડૉ. જૉન હેજલિન

આપણે જ્યારે આપણી આસપાસ નજર માંડીએ, આપણા શરીર ઉપર પણ, તો આપણે જે જોઈએ છીએ તે માત્ર હિમશિલાની ટોચ હોય છે. જેની નીચે ઘણું અપ્રગટ હોય છે.

બૉબ પ્રૉક્ટર

એક ક્ષણ માટે આનો વિચાર કરો. તમારા હાથને ધારીને જુઓ. તમને તે નક્કર લાગશે, પણ ખરેખર એવું નથી. જો તમે માઇક્રોસ્કોપની નીચે મૂકીને જોશો તો તમને શક્તિના ઘણા તરંગો દેખાશે.

જૉન અસારાફ

દરેક વસ્તુ ચોક્કસપણે એક જ પદાર્થની બનેલી છે. પછી તે તમારો હાથ હોય, સમુદ્ર હોય કે પછી તારો.

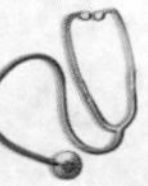

ડૉ. બૅન જૉન્સન

દરેક ચીજ ઊર્જારૂપ છે. એ કઈ રીતે છે તે તમને સમજાવું છું. સહુ પ્રથમ તો બ્રહ્માંડ, પછી આકાશગંગા, પછી આ પૃથ્વી, તે બાદ દરેક વ્યક્તિ, પછી આ શરીરની અંદરના અવયવો, તે બાદ કોષ, તે પછી અણુ અને પરમાણુ. અને પછી ઊર્જા છે. આમ આપણે ઘણાંબધાં સ્તરો વિષે વિચારવાનું છે, પણ મૂળ વાત એ છે કે બ્રહ્માંડમાં દરેક વસ્તુ ઊર્જાનું એક જ સ્વરૂપ છે.

રહસ્યની શોધ બાદ આ જ્ઞાન અંગે વિજ્ઞાન અને ભૌતિક વિજ્ઞાન શું કહે છે એ મારે જાણવું હતું અને મને જે મળ્યું તે અદ્‌ભુત હતું. રોમાંચક વાત એ હતી કે ક્વૉન્ટમ ફિઝિક્સ અને આધુનિક વિજ્ઞાનનાં સંશોધનો, ઇતિહાસના મહાન ઉપદેશકોએ જાણેલા રહસ્ય તથા **રહસ્ય**ના જ્ઞાન સાથે સંપૂર્ણ સુમેળ ધરાવે છે. હાલના સમયમાં આ દુનિયામાં જિંદગી જીવવી બહુ રોમાંચક અનુભવ છે.

શાળામાં હું વિજ્ઞાન કે ભૌતિક વિજ્ઞાન ભણી નહોતી. તેમ છતાં જ્યારે ક્વૉન્ટમ ફિઝિક્સનાં અઘરાં પુસ્તકો મેં વાંચ્યાં ત્યારે તે મને સમજાઈ ગયાં કારણ કે હું સમજવા માગતી હતી. ક્વૉન્ટમ ફિઝિક્સના અભ્યાસથી મને **રહસ્ય** અંગેની ઊંડી સમજ પ્રાપ્ત થઈ, ખાસ કરીને ઊર્જાના સંદર્ભે. જ્યારે લોકો આધુનિક વિજ્ઞાનના સિદ્ધાંતો તથા **રહસ્ય**ના જ્ઞાન વચ્ચે સમાનતા જુએ છે ત્યારે તેમનો વિશ્વાસ દૃઢ બને છે.

હવે તમને એ સમજાવું છું કે આ બ્રહ્માંડના તમે સૌથી વધુ શક્તિશાળી 'ટ્રાન્સમિશન ટાવર' કેવી રીતે છો. સરળ ભાષામાં વાત કરીએ તો તમામ ઊર્જા અમુક ફ્રીક્વન્સી પર આંદોલિત થાય છે. ઊર્જારૂપે હોવાને લીધે તમે પણ અમુક ફ્રીક્વન્સી પર આંદોલિત થાઓ છો. કોઈ ચોક્કસ સમયે તમારા વિચાર અને લાગણીના આધારે તમારી ચોક્કસ ફ્રીક્વન્સી નક્કી થાય છે. તમને જે વસ્તુઓ જોઈએ છે એ બધી જ ઊર્જારૂપે છે અને તે બધી પણ આંદોલિત થતી રહે છે. દરેક ચીજ ઊર્જા છે.

તમે જ્યારે તમારી જોઈતી વસ્તુનો વિચાર કરો છો અને એ ફ્રીક્વન્સી પર મોકલો છો ત્યારે તમને જોઈતી વસ્તુની ઊર્જાને ફ્રીક્વન્સી પર આંદોલિત કરવાનું કારણ આપો છો. આમ આ રીતે તમે તેને તમારા સુધી લઈ આવો છો. જેવું તમે તમારે જોઈતી વસ્તુ પર ધ્યાન કેન્દ્રિત કરો છો તેવું તમે તે વસ્તુના અણુઆંદોલનમાં પરિવર્તન લાવો છો, જેથી તે તમારા તરફ આંદોલિત થઈ શકે. તમારા વિચારો દ્વારા ઊર્જા ઉપર ધ્યાન કેન્દ્રિત

કરીને, જેના ઉપર ધ્યાન કેન્દ્રિત કરો છો તેના આંદોલનને બદલીને પાછા તમારા તરફ ચુંબકીય રીતે ખેંચવાની શક્તિને લીધે જ તમે આ બ્રહ્માંડના સૌથી વધુ શક્તિશાળી 'ટ્રાન્સમિશન ટાવર' છો.

તમને જોઈતી વસ્તુનો વિચાર કરો અને તેને વિશે સારો ભાવ અનુભવો છો ત્યારે તરત તમે તેની ફ્રીક્વન્સી પર પહોંચી જાઓ છો જેને કારણે બધી વસ્તુઓની ઊર્જા તમારા તરફ આંદોલિત થાય છે. તે પછી તે વસ્તુ તમારી જિંદગીમાં પ્રગટ થાય છે. આકર્ષણનો નિયમ કહે છે કે બે સમાન વસ્તુઓ એકબીજાને આકર્ષે છે. તમે ઊર્જાના બનેલા લોહચુંબક છો, તેથી તમે દરેક વસ્તુ જે તમારે જોઈએ છે તેને વિદ્યુતવેગે ઊર્જામય બનાવો છો. દરેક વ્યક્તિ પોતાની ચુંબકીય ઊર્જાનું સંતુલન કરે છે, કારણ કે તેમની બહારની કોઈ પણ વ્યક્તિ તેમની જેમ વિચારી અને અનુભવી શકે. વિચારો અને લાગણીઓ આપણી ફ્રીક્વન્સી નક્કી કરે છે.

સો વર્ષ પહેલાં જ્યારે આટલી બધી વૈજ્ઞાનિક શોધ નહોતી થઈ ત્યારે ચાર્લ્સ હાનેલ, બ્રહ્માંડ કેવી રીતે કામ કરે છે એ જાણતા હતા.

'વૈશ્વિક માનસ' માત્ર જ્ઞાન નથી, પણ પદાર્થ છે. અને આ પદાર્થ આકર્ષણ શક્તિ બનીને આકર્ષણના નિયમ અનુસાર ઇલેક્ટ્રોનને નજીક લાવે છે. તેમાંથી પરમાણુ બને છે. એ જ નિયમ અનુસાર પરમાણુ ભેગા મળીને અણુ બને છે, જે અંતે ભૌતિક આકાર બને છે. તેથી આપણે જાણી શકીએ છીએ કે વસ્તુને આકારિત કરવામાં આકર્ષણનો નિયમ સર્જનાત્મક સ્રોત છે. માત્ર અણુનો જ નહીં, પણ વિવિધ વિશ્વોનો, બ્રહ્માંડનો તથા કલ્પના જ્યાં કામ કરી શકે એવા કોઈ પણ વિચારનો કે ધારણાનો પણ.''

ચાર્લ્સ હાનેલ

બૉબ પ્રૉક્ટર

તમે ગમે તે શહેરમાં રહેતા હો તેની મને પરવા નથી. તમારા શરીરમાં પૂરતી ઊર્જા છે, સંભવિત ઊર્જા - જેનાથી તમારું સમગ્ર શહેર એક અઠવાડિયા સુધી પ્રકાશિત રહે.

> ‘‘તમે આ ઊર્જાથી જાગ્રત બનો તો તમે ‘વીજળીનો તાર’ બની જાઓ. બ્રહ્માંડ એ ‘વીજળીનો તાર’ છે. જેમાં દરેક વ્યક્તિના જીવનમાં દરેક પરિસ્થિતિમાં પહોંચી વળવાની ક્ષમતા છે. જ્યારે વ્યક્તિનું મન વૈશ્વિક માનસને સ્પર્શે છે ત્યારે તેને તમામ શક્તિ મળી જાય છે.’’
>
> ચાર્લ્સ હાનેલ

જેમ્સ રે

ઘણા માણસો પોતાને ભૌતિક શરીરની દૃષ્ટિએ જુએ છે, પણ તમે માત્ર ભૌતિક શરીર નથી. માઇક્રોસ્કોપની નીચે તમે શક્તિનું ક્ષેત્ર છો. ઊર્જા વિશે આપણે જે જાણીએ છીએ તે આ છે : તમે ક્વૉન્ટમ ભૌતિકશાસ્ત્રી પાસે જાઓ અને પૂછો ‘જગત શેમાંથી જન્મ્યું ?’ અને તે કહેશે ‘ઊર્જા !’ ખેર ઊર્જાનું વર્ણન કરો. ‘‘સારું. એ ઉદ્ભવી શકતી નથી અને નાશ પામતી નથી. તે હતી અને હંમેશાં રહેશે. જે કોઈ પણ ચીજ અસ્તિત્વ ધરાવતી હતી તેમાં તે હંમેશાં છે, એ એક સ્વરૂપમાંથી બીજા સ્વરૂપમાં અને નિરાકાર – એમ રૂપાંતરિત થતી રહે છે. તમે કોઈ ધર્મગુરુ પાસે જાઓ અને પ્રશ્ન પૂછો, ‘વિશ્વની રચના કોણે કરી ?’ તો તે કહેશે, ‘પરમાત્માએ.’ સારું. પરમાત્માનું વર્ણન કરો. તે હંમેશાં હતા અને હંમેશાં રહેશે. તેમને સર્જી શકાતા નથી કે તેમનો નાશ કરી શકાતો નથી. તે સનાતન છે. એક સ્વરૂપમાંથી બીજા સ્વરૂપમાં અને અંતે નિરાકાર છે. તમે જોઈ શકો છો, વર્ણન સરખું છે, માત્ર શબ્દો જુદા છે.

તેથી તમે જો વિચારતા હો કે તમે આ હરતોફરતો 'માંસનો
લોચો' છો તો ફરી વિચાર કરજો. તમે એક આધ્યાત્મિક જીવ છો,
તમે ઊર્જાનું ક્ષેત્ર છો, ઊર્જાના વિશાળ ક્ષેત્રમાં કામ કરો છો.

આ બધા થકી તમે એક આધ્યાત્મિક જીવ કેવી રીતે બનો છો ? મારે માટે આ પ્રશ્નનો
જવાબ એટલે રહસ્યનો સૌથી મોટો અને મહત્ત્વનો ભાગ. તમે ઊર્જા છો અને ઊર્જા સર્જી
શકાતી નથી તેમ તેનો નાશ થતો નથી. ઊર્જા માત્ર સ્વરૂપ બદલે છે. એટલે કે તમે પોતે.
તમારું સાચું સત્ત્વ, તમારી શુદ્ધ ઊર્જા, જે હંમેશાંથી છે અને હંમેશાં રહેશે. તમારું
અસ્તિત્વ ક્યારેય ભૂંસાશે નહીં.

ઊંડા સ્તરે તમે આ વાત જાણો છો. ન હોવાની કલ્પના તમે કરી શકો ? જે કંઈ તમે જોયું
છે અને જીવનમાં જે કંઈ અનુભવ્યું છે તેને આધારે તમે નહીં હોવાની કલ્પના કરી શકો ?
તમે કદીયે તેમ ન કરી શકો, કારણ એ અશક્ય છે. તમે સનાતન ઊર્જા છો.

એક વૈશ્વિક માનસ

ડૉ. જૉન હેજલિન

ક્વૉન્ટમ યંત્રવિજ્ઞાન અને ક્વૉન્ટમ ખગોળવિજ્ઞાન એની પૂર્તિ કરે છે. બ્રહ્માંડ વિચારમાંથી ઉદ્ભવે છે અને આપણી આસપાસ જે પદાર્થ જગત છે તે વિચારનું પરિણામ છે. છેવટે તો આપણે બ્રહ્માંડનું મૂળ છીએ અને જ્યારે આ શક્તિનો સીધો અનુભવ કરીએ ત્યારે આપણી સત્તાનો પ્રયોગ શરૂ કરી શકીએ અને વધુ ને વધુ મેળવવા લાગીએ છીએ. કંઈ પણ સર્જો. આપણી પોતાની ચેતનાના વર્તુળમાં રહી કંઈ પણ જાણો, અંતે તો વૈશ્વિક ચેતના છે, જે બ્રહ્માંડનું સંચાલન કરે છે.

આપણે એ શક્તિનો, સર્જનાત્મક કે નકારાત્મક કેવો ઉપયોગ કરીએ છીએ તે પ્રકારનું શરીર, આરોગ્યની દૃષ્ટિએ, તે પ્રકારનું વાતાવરણ આપણે સર્જીએ છીએ એટલે કે આપણે સર્જકો છીએ. માત્ર આપણા પોતાના ભવિષ્યના જ નહીં, બ્રહ્માંડના ભવિષ્યના પણ ખરા, તેથી માનવીય ક્ષમતાઓની ખરેખર જ કોઈ મર્યાદા નથી. જેટલે અંશે એ ઊંડા આંતર સંબધોને જાણીએ અને તેનો ઉપયોગ કરીએ તેટલે અંશે આપણી શક્તિનો ઉપયોગ આપણે કરીએ છીએ.

કેટલાક મહાન ઉપદેશકોએ અને અવતારોએ બ્રહ્માંડનું વર્ણન ડૉ. હેજલિનની જેમ જ કર્યું છે. તેમણે કહ્યું છે કે જે કંઈ અસ્તિત્વ ધરાવે છે તે એક વૈશ્વિક માનસ છે અને એવી કોઈ જગ્યા નથી જ જ્યાં વૈશ્વિક માનસ ન હોય. દરેક વસ્તુમાં તે છે. એ વૈશ્વિક માનસ બધી જ બુદ્ધિ, બધું ડહાપણ, બધી પૂર્ણતા છે અને તે દરેક વસ્તુમાં અને દરેક જગ્યાએ એક જ સમયે હાજર હોય છે. જો દરેક ચીજ એક વૈશ્વિક માનસ હોય અને તે સર્વત્ર હોય તો તે બધું તમારામાં જ છે !

એનો અર્થ શું થાય છે તે સમજાવવાનો પ્રયત્ન કરું. એનો અર્થ એ કે તમામ શક્યતાઓ ખરેખર જ અસ્તિત્વ ધરાવે છે. તમામ જ્ઞાન, તમામ શોધ, ભવિષ્યનાં તમામ સંશોધનો

એ વૈશ્વિક માનસમાં શક્યતારૂપે છે, વ્યક્તિનું મન એ શક્યતા બહાર લઈ આવે એની એ રાહ જુએ છે. ઇતિહાસનું દરેક સર્જન અને દરેક શોધ એ વૈશ્વિક માનસમાંથી ઉદ્‌ભવ્યાં છે, વ્યક્તિ સભાનપણે જાણતી હોય કે નહીં, એ મહત્ત્વનું નથી.

તમે આનાથી મનગમતી વસ્તુ કેવી રીતે મેળવી શકો ? જવાબ છે, તમારી જાગ્રતિ અને અદ્‌ભુત કલ્પનાશક્તિનો ઉપયોગ કરીને. તમારી આસપાસ જુઓ, જરૂરિયાતો પૂરી થવાની રાહ જોઈને બેઠી છે. કલ્પના કરો કે જો આ મહાન શોધ તમે કરી હોત અથવા પેલું સંશોધન તમે કર્યું હોત ! જરૂરિયાતોને શોધો અને પછી વિચારો અને કલ્પના કરો, તેનું પ્રગટીકરણ કરવા માટે તમારે કંઈ કરવાનું નથી. વૈશ્વિક માનસ એની શક્યતા ધરાવે છે. તમારે માત્ર એટલું જ કરવાનું છે કે તમારા મનને તમને જોઈતા પરિણામમાં પરોવાયેલું રાખો, જરૂરિયાતની પૂર્તિનો વિચાર કરો, જેથી પછી તમે તેને સાકાર કરી શકો. જેમ તમે પૂછશો, અનુભવશો, વિશ્વાસ રાખશો તેમ તે તમને મળશે. વિચારોનો અમર્યાદિત પુરવઠો રાહ જોઈને બેઠો છે કે તમે તેનું પગેરું શોધીને તેને બહાર કાઢો. દરેક ચીજ તમારી ચેતનામાં હાજર છે.

"દૈવી માનસ એકમાત્ર વાસ્તવિકતા છે."

ચાર્લ્સ ફિલ્મોર

જોન અસારાફ

આપણે બધા એકમેક સાથે જોડાયેલાં છીએ. આપણે તે જોઈ શકતા નથી. 'પેલું ત્યાં' અને 'આ અહીં' જેવું કંઈ હોતું નથી. બ્રહ્માંડની બધી ચીજો જોડાયેલી છે. તે એક જ ઊર્જાક્ષેત્ર છે.

ગમે તે દૃષ્ટિકોણથી તમે જુઓ, પરિણામ સરખું જ છે. આપણે બધા એક છીએ અને આપણે સહુ એક જ ઊર્જાક્ષેત્રના અથવા વિરાટ માનસના અથવા એક જ ચેતનાના અથવા એક સર્જનાત્મક સ્રોતના અંશ છીએ. તમે ગમે તે કહો, પણ આપણે સહુ એક છીએ.

બધું એક જ હોવાના સંદર્ભમાં હવે તમે જો આકર્ષણના નિયમ અંગે વિચારશો તો તેની પૂર્ણતા સમજાશે.

તમને હવે સમજાશે કે કોઈક અન્ય વિશેના તમારા નકારાત્મક વિચારો પાછા ફરીને શા માટે તમને નુકસાન કરતા રહેશે. આપણે એક છીએ. જ્યાં સુધી નકારાત્મક વિચારો અને લાગણીઓને મોકલીને નુકસાનને નોતરો નહીં ત્યાં સુધી તમને કોઈ નુકસાન પહોંચાડી શકે નહીં. તમને પસંદગીની સ્વતંત્રતા આપવામાં આવી છે, પણ તમે જો નકારાત્મક વિચારો અને લાગણીઓને વળગી રહો તો તમે દરેક સારી વસ્તુ અને બાબતોથી તમારી જાતને અલગ કરી દો છો. જો તમે દરેક નકારાત્મક લાગણીનો વિચાર કરશો તો સમજાશે કે દરેક લાગણી ભયને કારણે જન્મે છે. તે અલગપણાના વિચારમાંથી જન્મે છે. તમે તમારી જાતને અન્યોથી અલગ જુઓ છો.

સ્પર્ધાનો ભાવ અલગતાનું ઉદાહરણ છે. પ્રથમ તો તમે સ્પર્ધાનો વિચાર કરો છો તે એવી મનોવૃત્તિનું પરિણામ છે કે પુરવઠો મર્યાદિત છે. તમે જાણે કે એવું કહો છો, દરેક જણ માટે પૂરતું નથી, તેથી અમારે સ્પર્ધા કરવી પડે છે અને વસ્તુઓ મેળવવા હોડ લગાવવી પડે છે. જ્યારે તમે સ્પર્ધામાં ભાગ લો છો ત્યારે તમે ક્યારેય જીતી શકતા નથી, તમે ભલે એવું વિચારતા હો કે તમે જીતી ગયા છો. આકર્ષણના નિયમ અનુસાર, જેવી તમે સ્પર્ધા કરવા લાગો છો તેવું જ તમારી જિંદગીનાં દરેક પાસાં માટે તમે અનેક લોકો તથા સંજોગોને સ્પર્ધા માટે તમારી સામે ઊભા કરી દો છો. તેથી છેવટે તો તમારે ભાગે ગુમાવવાનું જ આવે. આપણે સહુ એક છીએ, તેથી તમે જ્યારે સ્પર્ધા કરો છો તે જાણે કે તમારી સામે જ કરો છો ! તમારા મનમાંથી સ્પર્ધાનો ભાવ કાઢી નાખવો પડશે અને સર્જકતામાં ચિત્ત પરોવવું પડશે. માત્ર તમારાં સપનાંઓ અને તમારા વિઝન ઉપર જ ધ્યાન કેન્દ્રિત કરો. સ્પર્ધાને આસપાસમાં ક્યાંય ફરકવા દેશો નહીં.

બ્રહ્માંડ દરેક ચીજ પૂરી પાડે છે. દરેક ચીજ બ્રહ્માંડ પાસેથી મળે છે. તે તમને લોકો, સંજોગો, પ્રસંગો દ્વારા આકર્ષણના નિયમ અનુસાર પહોંચાડવામાં આવે છે. એવું માની લો કે આકર્ષણનો નિયમ એ જાણે કે વહેંચણીનો નિયમ છે. જ્યારે તમે અમુક ચોક્કસ ફ્રીક્વન્સી પર તમારી જોઈતી વસ્તુ માટે સંકેત મોકલો છો તો ચોક્કસ માણસો, સંજોગો અને પ્રસંગો આપોઆપ તમારી તરફ આકર્ષાશે અને તમને વસ્તુ મળી જશે.

લોકો કંઈ તમને તમારી માગેલી વસ્તુ આપતા નથી. તમે એવી ખોટી માન્યતામાં રહેશો તો તમે અભાવમાં રહી જશો, કારણ કે તમે બહારના વિશ્વ અને લોકો ઉપર પુરવઠાનો આધાર રાખો છો. સાચો પુરવઠો તો અદશ્ય ક્ષેત્ર છે. તમે તેને બ્રહ્માંડ કહો, વિરાટ માનસ કહો, અનંત બુદ્ધિમત્તા કહો કે પછી બીજું કંઈ પણ. તમને જ્યારે કંઈ પણ ચીજ મળે તો યાદ રાખજો કે આકર્ષણના નિયમને અનુસરીને તમે જ તેને તમારા તરફ આકર્ષી છે, વૈશ્વિક પુરવઠા સાથે સંવાદિતા સાધીને અને ચોક્કસ ફ્રીક્વન્સી પર રહીને. દરેક ચીજમાં રહેલી સર્વોપરી એવી વૈશ્વિક બુદ્ધિમત્તા લોકોને, સંજોગોને તથા પ્રસંગોને એવી રીતે કાર્યરત કરે છે જેથી ઇચ્છિત વસ્તુ મળી જાય. કારણ કે એ નિયમ છે.

લીસા નિકોલ્સ

આપણા શરીર અને ભૌતિક અસ્તિત્વને લીધે આપણે ઘણી વાર આડે માર્ગે ફંટાઈ જઈએ છીએ. એ તો માત્ર તમારા આત્માનું ખોળિયું છે. તમારો આત્મા એટલો વિશાળ છે કે આખા ઓરડાને ભરી દે છે. તમારું તો અનંત જીવન છે. તમે તો સાક્ષાત્ ઈશ્વર છો જે માનવદેહ ધારણ કરીને આવ્યો છે અને જે પોતાનામાં સંપૂર્ણ છે.

માઈકલ બર્નાર્ડ બૅકવિથ

બાઇબલના આધારે આપણે કહી શકીએ કે આપણને ઈશ્વરે પોતાની છબીમાં બનાવ્યા છે અને આપણે બધા એકસરખા છીએ. આપણે એમ પણ કહી શકીએ, આપણા દ્વારા બ્રહ્માંડ પોતાના વિશે જાગ્રત બને છે. આપણે કહી શકીએ કે આપણે વિવિધ શક્યતાઓનું અનંત ક્ષેત્ર છીએ. આ બધું સાચું છે.

“આપણામાંનો નેવું ટકા અંશ અદૃશ્ય છે અને તેને સ્પર્શી શકાય તેમ નથી છે.”

આર. બકમિન્સ્ટર-ફુલર (૧૮૯૫-૧૯૮૩)

ભૌતિક શરીરમાં તમે ઈશ્વરરૂપ છો. માંસ રૂપે તમે આત્મા છો. તમે અનંત જીવનની અભિવ્યક્તિ છો. તમે અવકાશમય હસ્તી છો. તમે તમામ શક્તિ છો. તમે સમગ્ર જ્ઞાન છો. તમે બુદ્ધિ છો. તમે પૂર્ણતા છો. તમે ભવ્ય છો. તમે સર્જક છો અને આ ગ્રહ પર તમે તમારું સર્જન કરો છો.

જેમ્સ રે

દરેક ધાર્મિક પરંપરામાં જણાવાયું છે કે તમને સર્જનાત્મક સ્રોતની છબીમાં બનાવ્યા છે. તેનો અર્થ એમ થાય કે તમારી પાસે ઈશ્વરની

ક્ષમતાઓ અને શક્તિ છે. તમારામાં તમારું વિશ્વ સર્જવાની તાકાત છે. એવું બની શકે કે આજ દિન સુધી તમે જે કંઈ સર્જ્યું છે તે સુંદર અને તમારે યોગ્ય હોય અથવા તો તેમ ન પણ હોય. હું તમને એક પ્રશ્ન પૂછવા માગું છું તે એ કે જીવનમાં તમને જે કંઈ મળ્યું છે એ તમારી ઇચ્છા પ્રમાણેનું છે ? બીજું એ તમારે યોગ્ય છે ખરું ? જો એ તમારે યોગ્ય ન હોય તો પછી હવે એમાં ફેરફાર કરવાનો સમય થઈ ગયો છે એવું નથી લાગતું ? કારણ તેમ કરવાની સત્તા તમારી પાસે છે.

“તમામ શક્તિ અંદરથી આવે છે તેથી તે આપણા કાબૂમાં છે.”

રૉબર્ટ કૉલિયર

તમે તમારો ભૂતકાળ નથી

જૅક કૅનફિલ્ડ

ઘણા બધા લોકો એવા છે જેમને લાગતું હોય છે કે જીવનમાં તેઓ ભોગ બન્યા છે. તેઓ વારંવાર ભૂતકાળના પ્રસંગો યાદ કરાવતા રહે છે. ત્રાસ આપતાં મા-બાપ અથવા ઝઘડાળું કુટુંબની વાત કરતા રહે છે. મોટા ભાગના મનોવિજ્ઞાનીઓ માને છે કે ૮૫ ટકા કુટુંબો ચિત્રવિચિત્ર હોય છે. તેથી એકાએક તમને ખ્યાલ આવે છે કે તમે કંઈ એકલા એવા નથી.

મારાં માતાપિતા દારૂડિયા હતાં. મારા પિતા મને મારતા. હું છ વર્ષનો હતો ત્યારે મારી માતાએ છૂટાછેડા લીધા હતા. હું એ કહેવા માગું છું કે આ પ્રકારની કથા લગભગ દરેકની હોય છે. ખરો પ્રશ્ન એ છે કે તેનું તમે હમણાં શું કરી શકો ? તમે શું પસંદ કરવા માગો છો ? ક્યાં તો તમે ભૂતકાળની ઘટનાઓ પર ધ્યાન કેન્દ્રિત રાખો અથવા તમે હવે પછી શું મેળવવા માગો છો એનો વિચાર કરો. અને જ્યારે લોકો તમને

જોઈતી બાબત પર ધ્યાન કેન્દ્રિત કરે છે ત્યારે અનિચ્છનીય બાબતો બાજુ પર રહી જાય છે, તેથી તેમને જોઈતી વસ્તુઓનો વિસ્તાર વધે છે, બાકીનો ભાગ અદૃશ્ય થઈ જાય છે.

"જે વ્યક્તિ જીવનની અંધારી બાજુનો જ વિચાર કર્યા કરે છે, ભૂતકાળની કમનસીબ અને નિરાશ બાબતો વારંવાર યાદ કરતી રહે તે ભવિષ્યમાં એવી જ બાબતોનો ભોગ બને છે. તમે ભવિષ્યમાં પણ પોતાની જાતને ભાગ્યહીન તરીકે જુઓ તો જાણે કે તમે તે પ્રાર્થો છો, જે અંતે તમને મળે છે."

પ્રેન્ટિસ મલફોર્ડ

તમે જીવનમાં પાછું વળીને જુઓ અને ભૂતકાળની મુસીબતો ઉપર ધ્યાન કેન્દ્રિત કરો તો તમે વધારે મુશ્કેલ સંજોગોને હમણાં તમારી તરફ આકર્ષો છો. એ બધું ભૂલી જાઓ – જે અને જેવી પણ બાબત હોય. પોતાને માટે આટલું કરો. તમે કોઈના પ્રત્યે પૂર્વગ્રહ રાખો અને કોઈને દોષ દો – તે પણ ભૂતકાળની કોઈ બાબત અંગે, તો તમે જ તમારું નુકસાન કરો છો. તમે જ તમારી યોગ્યતા અનુસાર જિંદગીને ઘડી શકો છો. જેવું તમે તમારી ઇચ્છિત વસ્તુઓ તરફ ધ્યાન કેન્દ્રિત કરશો, જેવા તમે સારી લાગણીઓને વહેતી કરશો, આકર્ષણનો નિયમ તે મુજબ તમને પ્રતિભાવ આપશે. તમારે માત્ર શરૂઆત કરવાની છે અને જો તેમ કરશો તો જાદુઈ ચમત્કાર તમારી રાહ જોશે.

 લીસા નિકોલ્સ

તમે તમારા ભાગ્યના ઘડવૈયા છો. તમે લેખક છો. તમે વાર્તા લખવાનું શરૂ કરો. કલમ તમારા હાથમાં છે અને પરિણામ તમે જે નક્કી કરો તે.

માઇકલ બર્નાર્ડ બૅકવિથ

આકર્ષણના નિયમ અંગે એક સુંદર વાત એ છે કે તમે જ્યાં છો ત્યાંથી તમે શરૂઆત કરી શકો છો, અને તમે 'સાચા વિચાર' વિશે વિચારવાનું શરૂ કરી શકો છો તથા તમારી અંદર સુખ અને સંવાદિતાની લાગણી જન્માવી શકો છો. આકર્ષણનો નિયમ તેનું વળતર આપશે.

ડૉ. જો વિટાલ

જુઓ, તમારા મનમાં અમુક માન્યતા હશે જેમ કે ''બ્રહ્માંડમાં જરૂર કરતાં ઘણું વધારે છે'', અથવા તમે એવું માનવા લાગ્યા હશો, ''હું વૃદ્ધ થયો નથી. હું યુવાન થતો જાઉં છું.'' આકર્ષણના નિયમનો ઉપયોગ કરીને આપણે જે ઇચ્છીએ તે સર્જી શકીએ છીએ.

માઇકલ બર્નાર્ડ બૅકવિથ

તમને મળેલી કૌટુંબિક પરંપરા, સાંસ્કૃતિક આબોહવા, સામાજિક માન્યતાઓને પાર કરીને તમે એક વાર એ સાબિત કરી બતાવો કે તમારી અંદર જે શક્તિ છે તે, બહારની – વિશ્વની શક્તિ કરતાં વધારે બળવાન છે.

ડૉ. ફ્રેડ એલન વૉલ્ફ

તમે એવું વિચારતા હશો, ''ઠીક છે. માનું છું કે એ બહુ સારું છે, પણ હું તે નહીં કરી શકું.'' અથવા ''તે મને તેવું નહીં કરવા દે !'' અથવા ''એ મને ક્યારેય નહીં કરવા દે.'' અથવા ''મારી પાસે એ કરવા જેટલા પૈસા જ ક્યાં છે?'' અથવા ''હું એ કરવા જેટલો મજબૂત નથી.'' અથવા ''હું એટલો ધનવાન નથી.'' અથવા ''હું... નથી હું... નથી... હું... નથી... હું... નથી...''

દરેક 'હું... નથી' એ તમારા મનનું સર્જન છે !

જ્યારે તમે 'હું નથી' કહો છો અને તેમ કહેવાથી તેનું શું પરિણામ આવશે તે વિશે વિચારો છો, તે પ્રકારની જાગ્રતિ એ એક સારી વાત છે. 'હું છું' શબ્દોની શક્તિ વિશેના મહાન ઉપદેશકોનાં મંતવ્યો, ડૉ. વૉલ્ફના મંતવ્ય સાથે મળતાં આવે છે. જ્યારે તમે 'હું છું' એમ કહો છો ત્યારે તેના વચ્ચેના શબ્દો પૂરી શક્તિ સાથે સર્જકતાને આમંત્રે છે, કારણ કે તમે તેને હકીકત તરીકે જાહેર કરો છો. તમે નિશ્ચિતતતા સાથે બોલો છો, તેથી જ્યારે જ્યારે તમે કહો છો, 'હું થાકી ગયો છું', 'હું ભાંગી પડ્યો છું', 'હું બીમાર છું', 'હું મોડો છું' અથવા 'હું વધારે વજન ધરાવું છું' અથવા 'હું ઘરડો થયો છું' તે વખતે જીન તમને કહે છે, 'તમારી ઇચ્છા એ જ મારો હુકમ.''

આ જાણ્યા પછી '**હું** છું' એ બે શક્તિશાળી શબ્દોનો તમારા લાભ માટે ઉપયોગ કરો, એ એક સારો વિચાર ન કહેવાય ? જેમ કે, '**હું** સારી વસ્તુ મેળવી રહ્યો છું.' '**હું** સુખી છું', '**હું** પ્રેમસભર છું', '**હું** તંદુરસ્ત છું', '**હું** હંમેશાં નિયમિત છું', '**હું** સદાય યુવાન છું', 'દરેક દિવસ **હું** ઊર્જાથી સભર હોઉં છું.'

ચાર્લ્સ હાનેલ તેમના *ધ માસ્ટર કી સિસ્ટમ* પુસ્તકમાં એવો દાવો કરે છે કે ઇચ્છાશક્તિ મારફત જ માણસ તેને જોઈતી વસ્તુ સાથે જોડાય છે અને આ ઇચ્છાશક્તિ એ તમામ વસ્તુઓમાં અનુકૂળ સ્થિતિ ઊભી કરે છે. તેઓ કહે છે, ''આનું કારણ એ જ કે આ હકારાત્મક વૃત્તિ સત્યને અનુરૂપ હોય છે અને જ્યારે સત્ય પ્રગટ થાય છે ત્યારે કોઈ પ્રકારની ભૂલ અથવા વિરોધ અદશ્ય થઈ જાય છે.''

સંકલ્પ છે, 'હું અખંડ છું, પૂર્ણ છું, સશક્ત છું, શક્તિમાન છું, પ્રેમાળ છું, ઉત્સાહી છું, સુખી છું.'

આ તમને મહેનતનું કામ લાગતું હોય – અદશ્યમાંથી વસ્તુઓને દશ્યમાં લાવવાનું કામ – તો આ ટૂંકો રસ્તો અજમાવો : તમે જે ઇચ્છો છો તેને સંપૂર્ણ હકીકતરૂપે જુઓ. જે પળે તમે આ કરશો તેવું જ વીજળીવેગે તમારું મનગમતું તમને મળી જશે.જે ક્ષણે તમે માગો છો ત્યારે બ્રહ્માંડના આધ્યાત્મિક ક્ષેત્રમાં આ હકીકત હોય છે. આ ક્ષેત્ર હાજર હોય છે. તમે તમારા ચિત્તમાં કોઈક લક્ષ્ય નક્કી કરો છો ત્યારે તેને હકીકત તરીકે જુઓ. એ વાતમાં ભરોસો રાખો કે તમારું ઇચ્છિત તમને મળશે.

''આકર્ષણનો નિયમ તમારે માટે શું કરી શકે તેની કોઈ મર્યાદા નથી. તમારા આદર્શ સ્વરૂપમાં ભરોસો રાખવાની હિંમત કરો. એ આદર્શ સ્વરૂપ વિશે એવી રીતે વિચારો, જાણે કે સાકાર થઈ ગયું હોય.''

ચાર્લ્સ હાનેલ

જ્યારે હેનરી ફોર્ડ કારનું તેમનું સ્વપ્ન સાકાર કરી રહ્યા હતા ત્યારે આસપાસના લોકો તેમની મજાક ઉડાવતા હતા. તેમને એવું લાગતું હતું કે આ વિચિત્ર સ્વપ્નની પાછળ પડવું એ ગાંડપણ છે. અલબત્ત તેમના ટીકાકારો જે નહોતા જોઈ શકતા, તે હેનરી ફોર્ડ જોઈ શકતા હતા. તેમને **રહસ્ય**ની જાણ હતી અને તેઓ બ્રહ્માંડના નિયમો પણ જાણતા હતા.

''તમે એવું વિચારો કે તમે એ કરી શકો છો અથવા એવું વિચારો કે શક્ય નથી તો બંને રીતે તમે સાચા છો.''

હેનરી ફોર્ડ (૧૮૬૩-૧૯૪૭)

તમે વિચારો છો કે તમે આ કરી શકશો ? તમારા આ જ્ઞાનથી તમે કંઈ પણ સિદ્ધ કરી શકો અને મેળવી શકો છો. ભૂતકાળમાં તમે તમારી બુદ્ધિની શક્તિને ઓછી આંકી હોય એવું બને. હવે તમે વિરાટ માનસની જાણકારી ધરાવો છો અને તેની પાસેથી કંઈ પણ મેળવી શકવા શક્તિમાન છો. કોઈ પણ શોધ, કોઈ પ્રેરણા, કોઈ જવાબ, કોઈ ચીજ. તમે કંઈ પણ ઇચ્છિત મેળવી શકો છો. તમારી પ્રતિભા અવર્ણનીય છે. એવું તમારી જાતને કહેવા માંડો અને જાણો કે તમે ખરેખર કોણ છો.

માઈકલ બર્નાર્ડ બેકવિથ

આની કોઈ મર્યાદા છે ખરી ? બિલકુલ નહીં. આપણે અમર્યાદિત જીવ છીએ. આપણે માટે કોઈ મર્યાદા નથી. ક્ષમતા, પ્રતિભા, ભેટ, શક્તિ – આ પૃથ્વી પરની કોઈ પણ વ્યક્તિની અંદર આ બધું અગાધ છે.

તમારા વિચારો વિશે જાગ્રત રહો

તમારી શક્તિ વિશે તમે જાગ્રત હો તથા તમારી ચેતનામાં એ શક્તિને જકડી રાખો તો એ તમારી બહુ મોટી તાકાત છે.

તમારું ચિત્ત એ વરાળ એન્જિનથી ચાલતી ગાડી જેવું બની શકે છે, જો તમે એવું ઇચ્છો તો. એ તમને ભૂતકાળના વિચારોથી દૂર લઈ જઈ શકે તેમ છે. પછી એ તમને ભૂતકાળના ખરાબ પ્રસંગોને ભવિષ્યમાં પ્રોજેક્ટ કરીને તમને ભવિષ્યના વિચારો તરફ લઈ જાય છે. આપણા કાબૂમાં ન રહેતા વિચારોનું પણ એ સર્જન કરે છે. તમે જ્યારે જાગ્રત હો છો ત્યારે તમે વર્તમાનમાં હો છો અને તમને ખબર છે કે તમે શું વિચારી રહ્યા છો. તમારા વિચારો ઉપર તમે કાબૂ મેળવ્યો છે અને અહીં જ છે તમારી પૂરેપૂરી તાકાત.

તો તમે વધુ જાગ્રત કેવી રીતે બની શકો ? એક રસ્તો એ છે કે અટકીને તમે તમારી જાતને પૂછો, ''હું અત્યારે શું વિચારું છું ? હું અત્યારે કેવી લાગણી અનુભવું છું ? જેવો તમે આ પ્રશ્ન પૂછો છો તે પળે જ તમે જાગ્રત બનો છો, કારણ કે તમે ફરીથી તમારા ચિત્તને વર્તમાનમાં લાવી દીધું છે.

જ્યારે પણ તમે એના વિશે વિચારો ત્યારે તમારી જાતને વર્તમાનની ક્ષણમાં લાવી દો. આવું તમે દરરોજ દિવસમાં સો વાર કરો. માઇકલ બર્નાર્ડ બૅકવિથ આ જાગ્રત રહેવાની શક્તિને એક જ વાક્યમાં આ રીતે રજૂ કરે છે, ''યાદ કરવાનું યાદ રાખો !'' તેમના આ શબ્દો મારા જીવનના પ્રિય સૂર બની ગયા છે.

મારી જાતને વધારે જાગ્રત બનાવવા હું યાદ રાખવાનું યાદ કરાવું છું. મારું મગજ મને આડુંઅવળું લઈ જાય ત્યારે તેને વર્તમાનમાં લાવવા માટે મેં બ્રહ્માંડને કહી રાખ્યું છે કે તે મને હળવો ધક્કો મારે ! તે ભલે મારે ભોગે હોય. એ હળવો ધક્કો કેવો હોઈ શકે ?

કોઈની જોડે અથડાઈ જાઉં, હાથમાંથી કંઈક છટકી જાય, મોટો અવાજ અથવા સાઇરન અથવા તો ઍલાર્મનો અવાજ. આ બધી વસ્તુઓ મારે માટે સંકેત છે કે મારું ચિત્ત આડુંઅવળું થયું છે તેને મારે સીધું વર્તમાનમાં લાવવાનું છે. આ સંકેત મને મળે છે ત્યારે અટકીને હું મારી જાતને પૂછું છું, ‘‘હું શું વિચારી રહી છું ? હું શું અનુભવી રહી છું ? હું જાગ્રત છું ખરી ? અને સાચે જ એક ક્ષણમાં મનને વશ કરી લઉં છું, હું જાગ્રત બની જાઉં છું. જે પળે તમે તમારી જાતને પૂછો છો તમે જાગ્રત છો ત્યારે તમે ત્યાં છો. તમે જાગ્રત છો.’’

‘‘શક્તિનું મૂળ રહસ્ય શક્તિની ચેતના છે.’’

ચાર્લ્સ હાનેલ

જેવા તમે **રહસ્ય**ની શક્તિ વિશે જાગ્રત બનો છો અને તેનો ઉપયોગ કરો છો, ત્યારે તમારા બધા પ્રશ્નનો જવાબ મળી જશે. આકર્ષણના નિયમની ઊંડી સમજ કેળવતા થાઓ તેમ તમે પ્રશ્નો પૂછવાની આદત કેળવતા થશો અને જો તમે તેમ કરશો તો દરેક પ્રશ્નનો જવાબ મળી રહેશે. તમે આ પુસ્તકને જ ઉદ્દેશ બનાવીને શરૂઆત કરી શકો. જો તમે જીવનની કોઈ બાબત અંગે જવાબ કે માર્ગદર્શન શોધતા હો તો પ્રશ્ન પૂછો અને વિશ્વાસ રાખો કે તમને જવાબ મળશે અને પછી આ પુસ્તકનું કોઈ પણ પાનું ખોલો. જે પાનું સામે આવે તેના ઉપર તમે માગેલો જવાબ કે માર્ગદર્શન મળશે.

તમારા સમગ્ર જીવન દરમિયાન બ્રહ્માંડ તરફથી તમારા પ્રશ્નોના જવાબ મળતા રહે છે. પણ જ્યાં સુધી તમે જાગ્રત ન બનો ત્યાં સુધી આ જવાબ મેળવી શકાતા નથી. આ સત્ય છે, પણ તમને તેની ખબર નહોતી. તમારી આસપાસ જે કંઈ પણ છે તેના વિશે જાગ્રત રહો, કારણ કે દિવસ દરમિયાન જાગ્રત ક્ષણે તમારા પ્રશ્નોના જવાબ મળતા રહેતા હોય છે. જે માર્ગો મારફતે આ જવાબો મળે છે તેની કોઈ સીમા નથી. તમે છાપું ઉઘાડો અને જે

હેડલાઇન્સ તમારું ધ્યાન ખેંચે તેની મારફતે અથવા તો કોઈકની વાતચીત તમારે કાને પડે અથવા તો રેડિયો પર આવતું કોઈ ગીત અથવા પસાર થતી ટ્રક પાછળનું લખાણ કે પછી સ્વયંસ્ફુરણા – એમ કોઈ પણ રીતે જવાબ મળી શકે. યાદ કરવાનું યાદ કરાવો અને જાગ્રતિ કેળવો.

મારા પોતાના જીવનમાં તેમ જ અન્યોના જીવનમાં મેં જોયું છે કે આપણે આપણા વિશે વ્યવસ્થિત વિચારતા નથી તેમ આપણે આપણી જાતને પૂરેપૂરી ચાહતા પણ નથી. તેને કારણે આપણે આપણી જાતને જોઈતી વસ્તુથી દૂર રાખીએ છીએ. જો આપણે જ આપણી જાતને ચાહતા નહીં હોઈએ તો ખરેખરા અર્થમાં વસ્તુઓને આપણે પાછી ધકેલી દઈએ છીએ.

જે કંઈ પણ આપણને જોઈતું હોય તે બધું પ્રેમથી પ્રેરિત હોય છે. એ વસ્તુઓ આપણી પાસે છે એવું અનુભવવું – જેમ કે યૌવન, ધન, આદર્શ વ્યક્તિ, વ્યવસાય, શરીર તથા સ્વાસ્થ્ય – એ પ્રેમનો જ અંશ છે. જે વસ્તુઓને આપણે ચાહીએ છીએ તેને માટે આપણે પ્રેમની લાગણી મોકલવી પડશે અને તો તે વસ્તુઓ પળવારમાં આપણી સામે પ્રગટ થશે.

મુશ્કેલી એ છે કે પ્રેમની સૌથી ઊંચી ફ્રીક્વન્સી મોકલવા માટે તમારે તમારી જાતને ચાહવી પડશે, જે કામ ઘણા માટે મુશ્કેલ છે. તમે બહાર ધ્યાન કેન્દ્રિત કરો અને જે કંઈ હમણાં જુઓ અને નવાઈ લાગે તો તેનું કારણ એ છે કે તમે અત્યારે તમારામાં જે કંઈ જુઓ છો તથા અનુભવો છો તે તમે ભૂતકાળમાં જે વિચારતા હતા તેનું પરિણામ છે. તમે તમારી જાતને ચાહો નહીં તો હમણાં તમે જે વ્યક્તિને જુઓ છો તેમાં તમને દોષો જ દેખાશે – જે તમને તમારામાં દેખાયા હતા.

તમે તમારી જાતને સંપૂર્ણ રીતે ચાહો તે માટે તમારું ધ્યાન તમારી નવી, અજાણી બાજુ પર જવું જોઈએ. એક મિનિટ માટે શાંત બેસો. તમારી અંદર જિંદગીની હાજરી અનુભવો.

અને જેવું તમે અસ્તિત્વ પર ધ્યાન કેન્દ્રિત કરશો તેવું તે તમારી સામે પ્રગટ થવા લાગશે. શુદ્ધ પ્રેમ અને આશીર્વાદની એ લાગણી છે અને તે સંપૂર્ણ છે. આ અસ્તિત્વ તમારું આદર્શ અને વાસ્તવિક સ્વરૂપ છે. એ અસ્તિત્વ પર તમે તમારું ધ્યાન કેન્દ્રિત કરો તો તમને પ્રેમ અને પ્રશંસાનો અનુભવ થશે. પછી તમે તમારી જાતને સંપૂર્ણપણે, કદાચ તમારી જિંદગીમાં પહેલી વાર ચાહવા લાગશો.

જ્યારે પણ તમે તમારી જાતને ટીકાત્મક દૃષ્ટિકોણથી જોવા લાગો ત્યારે તમારું ધ્યાન હટાવીને તમે તમારી અંદરના અસ્તિત્વને જોવા લાગો. તો પછી તમને પૂર્ણતા પ્રગટ થતી દેખાશે. જેવું તમે આ કરવા લાગશો તેવું તમને જે ઊણપો તમારામાં દેખાતી હતી તે બધી ઓગળવા લાગશે, કારણ અસ્તિત્વના પ્રકાશમાં ઊણપો ટકી શકતી નથી. તમારે આંખોની સંપૂર્ણ દૃષ્ટિ જોઈતી હોય, રોગનું નિવારણ જોઈતું હોય, સમૃદ્ધિ પાછી મેળવવી હોય, ગરીબમાંથી ધનવાન થવું હોય, વધતી વય અટકાવવી હોય અથવા કોઈ પણ પ્રકારની નકારાત્મકતા ભૂંસી નાખવી હોય તો તમારી અંદરના અસ્તિત્વ પર ધ્યાન કેન્દ્રિત કરી તેને ચાહવા લાગો તો પૂર્ણતા જરૂર પ્રગટ થશે.

> ''સંપૂર્ણ સત્ય એ છે કે હું પૂર્ણ અને આદર્શ છું. ખરેખરો 'હું' આધ્યાત્મિક છું તેથી તે ક્યારેય પૂર્ણથી ઓછો ન હોઈ શકે. આમાં કોઈ ઊણપ, મર્યાદા કે બીમારી હોઈ શકે નહીં.''
>
> ચાર્લ્સ હાનેલ

રહસ્યસાર

- દરેક ચીજ ઊર્જા છે. તમે ઊર્જાનું ચુંબક છો. તમે વીજશક્તિ મારફત દરેક વસ્તુને તમારા તરફ આકર્ષી શકો છો. તમે તમારી જાતને પણ ઊર્જામય બનાવીને તમને જોઈતી વસ્તુને મેળવી શકો છો.

- તમે આધ્યાત્મિક જીવ છો. તમે ઊર્જા છો, જે ઉદ્‌ભવતી નથી અને નાશ પામતી નથી. એ માત્ર સ્વરૂપ બદલે છે. તેથી તમારું સાચું સ્વરૂપ સદાકાળથી છે અને સદાકાળ રહેશે.

- બ્રહ્માંડ વિચારમાંથી ઉદ્‌ભવ્યું છે. આપણે આપણા પોતાના ભવિષ્યના જ નહીં, બ્રહ્માંડના પણ સર્જક છીએ.

- વિચારોનો અમર્યાદિત પુરવઠો તમને ઉપલબ્ધ છે. બધું જ્ઞાન, શોધખોળ, સંશોધન એ વૈશ્વિક માનસમાં શક્યતાઓ રૂપે છે. મનુષ્ય તેનો લાભ લે તેની તે રાહ જુએ છે. દરેક ચીજ તમારી ચેતનામાં છે.

- આપણે બધાં જોડાયેલાં છીએ અને એક છીએ.

- ભૂતકાળની તકલીફો, સાંસ્કૃતિક વારસો અને સામાજિક માન્યતાઓ એ બધું જ ભૂલી જાઓ. તમે પોતે જ તમને જોઈતી જિંદગીનું સર્જન કરી શકો છો.

- તમારે માટે ઇચ્છિત વસ્તુ મેળવવાનો શોર્ટ કટ એ છે કે તમે તે વસ્તુને પૂર્ણ હકીકત તરીકે સ્વીકારો.

- તમારા વિચારો એ જ તમારી તાકાત છે તેથી તેના વિશે જાગ્રત રહો. ટૂંકમાં, આ વાત "યાદ રાખવાનું યાદ રાખો."

જીવનનું રહસ્ય

નિલ ડોનાલ્ડ વૉલ્શ
લેખક, આંતરરાષ્ટ્રીય વ્યાખ્યાતા અને આધ્યાત્મિક ગુરુ

આકાશમાં એવું કોઈ બ્લેકબોર્ડ નથી જેની ઉપર ઈશ્વરે તમારા જીવનનો ઉદ્દેશ તથા લક્ષ્ય લખી રાખ્યાં હોય. આકાશમાં એવું બ્લેકબોર્ડ નથી જેના ઉપર લખ્યું હોય, ''નીલ ડોનાલ્ડ વૉલ્શ, દેખાવડો યુવક જે એકવીસમી સદીની શરૂઆતમાં જીવી ગયો, જે...'' અને પછી ખાલી જગ્યા. હું અહીં આવીને શું કરી રહ્યો છું, હું અહીં શા માટે છું એ પ્રશ્નોના જવાબ મેળવવા બ્લેકબોર્ડ શોધીને ઈશ્વરની શી ઇચ્છા છે તે જાણવાની મને ઇચ્છા થઈ આવે, પણ બ્લેકબોર્ડ ક્યાંય નજરે ચડતું નથી.

તેથી તમારો ઉદ્દેશ તમે જે કહો તે. તમારું લક્ષ્ય તમે તમારી જાતે નક્કી કર્યું હોય તે. તમારા જીવનને તમે જે રીતે ઘડો તે સાચું. હમણાં કે પછી કોઈ તેના વિશે ચુકાદો આપનાર નથી.

તમારા જીવનના બ્લેકબોર્ડ પર તમે જે લખવા માગો તે લખી શકો છો. જો તમે તેની ઉપર ભૂતકાળના લપેડા કર્યા હોય તો પહેલા તે ભૂંસી નાખો. ભૂતકાળની એ તમામ બાબતો જે તમને કોઈ રીતે ઉપયોગી નથી તે ભૂંસી નાખો. તમારે એ બાબતોનો આભાર માનવો જોઈએ કે તમે અહીં સુધી પહોંચ્યા છો અને નવી શરૂઆત કરી શકો છો. તમારી સામે કોરી પાટી છે. અહીં, આ પળે તમે શરૂ કરી શકો છો. તમને જોઈતી ખુશી શોધો અને તેની મજા લો !

જેક કેનફિલ્ડ

આ વસ્તુ સમજતાં મને વર્ષો લાગ્યાં, કારણ કે હું એવા વિચાર સાથે મોટો થયો કે મારે જીવનમાં કંઈક કરવાનું છે અને જો હું તે નહીં કરું તો ઈશ્વર મને ક્યારેય માફ નહીં કરે.

જ્યારે હું ખરેખર સમજ્યો કે મારું પહેલું લક્ષ્ય તો આનંદનો અનુભવ કરવો તે છે, તેથી હું એવી વસ્તુ કરવા લાગ્યો જેમાં મને મજા આવે. હું કહેતો હોઉં છું, "મજા ન આવે તો કામ ન કરવું ?"

નીલ ડોનાલ્ડ વૉલ્શ

આનંદ, પ્રેમ, આઝાદી, સુખ, હાસ્ય. આ જ મુખ્ય વાત છે. જો તમને અહીં બેઠા બેઠા, એક કલાક માટે ધ્યાનમાં બેસવાની મજા આવતી હોય તો તેમ કરો. જો તમને સેન્ડવિચ ખાવાની મજા આવતી હોય તો તેમ કરો.

જેક કેનફિલ્ડ

જ્યારે હું મારી બિલાડી સાથે રમું છું ત્યારે મને મજા આવે છે. હું મારી જાતને હંમેશાં એવી સ્થિતિમાં રાખવા માગું છું અને જ્યારે હું એ પ્રમાણે કરું છું ત્યારે મારા જીવનનો ઉદ્દેશ શો હોવો જોઈએ અને હું શું સિદ્ધ કરવા માગું છું તે વિશે વિચારવા લાગું છું.

તમને જે વસ્તુ ગમતી હોય અને જેનાથી આનંદ મળે, એવી જ વસ્તુ કરો. શેનાથી તમને આનંદ મળે. એ જો તમે નક્કી ન કરી શકતા હો તો પ્રશ્ન પૂછો, ‘મને આનંદ શેમાં મળે છે?’ જ્યારે તમને તેનો જવાબ મળી જાય છે અને જો તમને તેમાં ખરેખર આનંદ મળે છે તો આકર્ષણનો નિયમ તમારી જિંદગીમાં આનંદ આપનાર વસ્તુઓ, લોકો, સંજોગો, પ્રસંગો અને તકની હારમાળા ઊભી કરી દેશે, કારણ કે તમે ખુશી ફેલાવો છો.

ડૉ. જૉન હેજલિન

આંતરિક સુખ એ સફળતાનું બળતણ છે.

આ ક્ષણે ખુશ રહો. આ ક્ષણે સારું લાગવા દો. તમારે માત્ર આટલું જ કરવાનું છે. આ પુસ્તકના વાંચનમાંથી માત્ર તમે આટલું જ શીખ્યા હો તો પણ તમે **રહસ્ય**નો મહત્ત્વનો હિસ્સો પામી ગયા છો.

ડૉ. જૉન ગ્રે

જે કંઈ વસ્તુથી તમને સારું લાગશે એ હંમેશાં વધારે સારું લાવશે.

તમે અત્યારે આ પુસ્તક વાંચી રહ્યા છો. તમે પોતે જ આ પુસ્તકને તમારા જીવન તરફ આકર્ષ્યું છે અને હવે પસંદગી તમારી છે. તમે તેનો ઉપયોગ કરવા માગો છો કે નહીં, જો તમને તેનાથી સારું લાગતું હોય તો કરો. અને સારું ન લાગતું હોય તો તેને પડતું મૂકો. બીજું કંઈક એવું શોધી કાઢો જેનાથી તમને સારું લાગે, જે તમારા હૃદયના તાર ઝણઝણાવી દે.

રહસ્યનું જ્ઞાન તમને મળી ગયું છે. તેનું શું કરવું તે સંપૂર્ણપણે તમારા હાથમાં છે. તમે તમારે માટે જે પસંદ કરો તે જ બરાબર છે. તમે આ જ્ઞાનનો ઉપયોગ કરવાનું પસંદ કરો કે પછી ન કરો, પણ તમારે કશુંક તો પસંદ કરવું રહ્યું. પસંદ કરવાનું સ્વાતંત્ર્ય તમને છે.

"તમારા આનંદને અનુસરો અને બ્રહ્માંડ તમારે માટે દરવાજો ખોલી દેશે, જ્યાં ક્યારેક માત્ર દીવાલો જ હતી."

જૉસેફ કેમ્પબેલ

લીસા નિકોલ્સ

તમે જ્યારે તમારા આનંદને અનુસરો છો ત્યારે તમે સતત આનંદની અવસ્થામાં રહો છો. તમે બ્રહ્માંડના વિશાળ વૈભવની સામે તમારી જાતને ઊભી કરી દો છો. તમે તમારા પ્રિયજનોને તમારી જિંદગીનો હિસ્સો બનાવવા રોમાંચિત થઈ જાઓ છો. તમારો ઉત્સાહ, તમારી લાગણી, તમારો આનંદ તીવ્ર ગતિએ ફેલાય છે.

ડૉ. જો વિટાલ

હું હંમેશાં આ જ કરું છું – મારો રોમાંચ, મારો જુસ્સો, મારા ઉત્સાહને અનુસરું છું. આખો દિવસ હું આ જ કરતો હોઉં છું.

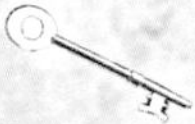

બૉબ પ્રૉક્ટર

જીવનની મજા લો, કેમ કે એ અદ્ભુત છે. આ જીવનયાત્રા ભવ્ય છે !

મૅરી ડાયમન્ડ

તમે એક જુદા પ્રકારની વાસ્તવિકતા, એક જુદા પ્રકારનું જીવન જીવશો. તમારા તરફ જોઈને લોકો કહેશે, "તમે અમારાથી અલગ શું કરો છો ?" ખેર, એક જ વસ્તુ જે જુદી છે તે એ કે તમે **રહસ્ય**ના જ્ઞાનનો ઉપયોગ કરો છો.

મૉરિસ ગૂડમેન

જેના વિશે લોકો એવું કહેતા હતા કે તમારે માટે તે કરવી કે મેળવવી કે બનવી અશક્ય છે, એ વસ્તુ કરી શકો છો, મેળવી શકો છો, બની શકો છો.

ડૉ. ફ્રેડ એલન વૉલ્ફ

હવે આપણે એક નવા યુગમાં પ્રવેશી રહ્યા છીએ. એ એક એવો યુગ હશે જેની અંતિમ હદ, 'સ્ટાર ટ્રેક' ફિલ્મમાં બતાવાયું છે તેમ અવકાશ નહીં, પણ માનવીનું મન હશે.

ડૉ. જૉન હેજલિન

ભવિષ્યને હું અમાપ શક્તિ, અપાર શક્યતાઓથી ભરેલું જોઉં છું. યાદ રાખો કે આપણે માનવમનની પાંચ ટકા જેટલી જ શક્તિનો ઉપયોગ કરીએ છીએ. સો ટકા માનવીય ક્ષમતા યોગ્ય શિક્ષણનું પરિણામ છે. તેથી એવા વિશ્વની કલ્પના કરો જેમાં લોકો તેમની સંપૂર્ણ માનસિક અને લાગણીમય ક્ષમતાનો ઉપયોગ કરી રહ્યા હોય. આપણે ગમે ત્યાં જઈ શકીશું. આપણે કંઈ પણ કરી શકીશું. કંઈ પણ મેળવી શકીશું.

આ સુંદર ગ્રહ પર આપણા ઇતિહાસનો આ સૌથી રોમાંચક સમય છે. મનુષ્યની પ્રવૃત્તિના દરેક ક્ષેત્રમાં અને દરેક વિષયમાં આપણે અશક્યને શક્ય બનતું જોઈ શકીશું અને અનુભવી શકીશું. મર્યાદાના આપણા વિચારોને આપણે જતા કરીએ અને એ જાણીએ કે આપણે અમર્યાદિત છીએ તો માણસજાતનાં પારાવાર પરાક્રમો આપણે જોઈ શકીશું, જે રમતગમત, સ્વાસ્થ્ય, કળા, ટેકનૉલૉજી, વિજ્ઞાન અને સર્જનના દરેક સર્જનાત્મક ક્ષેત્રમાં વ્યક્ત થશે.

તમારી ભવ્યતાને ગળે વળગાડો

બૉબ પ્રૉક્ટર

તમને જે જોઈએ છે તેની સાથે તમારી જાતને જુઓ. દરેક ધર્મગ્રંથ આ જ કહે છે, ફિલસૂફીનો ઉત્તમ ગ્રંથ, દરેક મહાન નેતા, દરેક અવતારનો આ સંદેશો છે. ભૂતકાળના વિદ્વાનોએ લખેલા ગ્રંથ વાંચો. તેઓ એક વાત સમજ્યા હતા. તેઓ **રહસ્ય** સમજતા હતા. હવે તમે સમજો છો અને જેટલો વધારે તમે ઉપયોગ કરશો તેટલું વધારે તમે તેને સમજી શકશો.

રહસ્ય તમારી અંદર છે. તમારી અંદરની શક્તિનો જેટલો વધારે ઉપયોગ તમે કરશો તેટલી વધારે તમે તેને તમારા તરફ ખેંચશો. તમે એક એવા બિન્દુએ પહોંચશો કે પછી તમને પ્રયોગ કરવાની જરૂર નહીં રહે. કારણ તમે પોતે જ શક્તિ બની જશો, આદર્શ બની જશો, બુદ્ધિ બની જશો. તમે પ્રેમરૂપ અને આનંદરૂપ બની જશો.

લીસા નિકોલ્સ

જીવનના આ મુકામ પર તમે આવ્યા છો, કારણ તમારી અંદર કોઈક તમને કહી રહ્યું હતું, 'તમે સુખને લાયક છો.' તમે કંઈક ઉમેરવા જન્મ્યા છો, જગતના મૂલ્યમાં વધારો કરવા. ગઈ કાલે હતા તેના કરતાં વધારે સારા અને મોટા બનવા આવ્યા છો.

જે દરેક વસ્તુમાંથી પસાર થઈને અને દરેક ક્ષણ વિતાવીને તમે અહીં પહોંચ્યા છો તે બધું અત્યારે આવી મળેલી આ ક્ષણની તૈયારીરૂપે હતું. તમને અત્યારે જે જ્ઞાન મળ્યું છે તેને આધારે હવે પછી તમે કેટલું કરી શકો છો ? હવે તમને ખ્યાલ આવ્યો છે કે તમે જ તમારા ભાગ્યના ઘડવૈયા છો. તમારે હજી કેટલું બધું કરવાનું છે ? શું બનવાનું છે ? તમારા પોતાના અસ્તિત્વ મારફતે ઘણાં લોકોનાં જીવન ઉજાળવાનાં છે ? અત્યારે આ ક્ષણે તમે શું કરવા માગો છો ? તમે આ ક્ષણનો સદુપયોગ કેવી રીતે કરશો ? તમારા બદલે કોઈ નાચી ન શકે, ગીત

ગાઈ ન શકે કે પછી વાર્તા ન લખી શકે. તમે કોણ છો અને શું કરો છો એ બતાવી આપવાનું કામ હવે શરૂ થાય છે.

માઈકલ બર્નાર્ડ બેકવિથ

હું માનું છું કે તમે મહાન છો. તમારામાં જરૂર કોઈ ભવ્યતા છે. ભલેને જીવનમાં તમારી સાથે જે કંઈ પણ બન્યું હોય. તમે તમારી જાતને જુવાન કે વૃદ્ધ જે પણ માનતા હો. જે ક્ષણે તમે યોગ્ય રીતે વિચારવાનું શરૂ કરશો તેવું જ તમારી અંદર જે સત્ત્વ છે, તમારી અંદરની તાકાત જગત કરતાં વધારે છે, તે પ્રગટ થવા લાગશે. તમારા જીવનને તે કાબૂમાં લઈ લેશે. તે તમને ખવડાવશે, પીવડાશે. તમને તે પહેરાવશે, ઓઢાડશે. તમારી રક્ષા કરશે. તમને રસ્તો ચીંધશે. તમારું અસ્તિત્વ ટકાવી રાખશે. જો તમે તેમ થવા દો તો. આટલું હું ચોક્કસપણે કહી શકું.

તમારી માટે જ પૃથ્વી તેની ધરી પર ફરે છે. સમુદ્રમાં ભરતી-ઓટ આવે છે તથા સૂર્ય ઊગે છે, આથમે છે તે તમારે માટે જ. તારાઓ તમારે માટે જ ચમકે છે. જે કોઈ પણ સુંદર ચીજ તમે જુઓ, જે કંઈ અદ્‌ભુત તમે અનુભવો તે તમારે માટે જ છે. આસપાસ નજર નાખો. એમાંનું કંઈ પણ તમારા વગર શૂન્ય છે. તમે ગમે તે માનતા હો, તમારા ભૂતકાળ વિશે પણ હવે તમે કોણ છો તેનું રહસ્ય તમારી સમક્ષ પ્રગટ થયું છે. તમે આ બ્રહ્માંડના માલિક છો. તમે આ મહાન રાજ્યના વારસદાર છો. તમે જીવનની પૂર્ણતા છો અને હવે **રહસ્ય** તમારે માટે હાથવગું છે.

તમારું જીવન આનંદમય હો !

> "જે કંઈ હતું અને જે કંઈ છે અને જે કંઈ પણ ભવિષ્યમાં હશે તે તમામનો જવાબ **રહસ્ય**માં છે."
>
> રાલ્ફ વાલ્ડો ઇમર્સન

રહસ્યસાર

- તમારા જીવનના બ્લેકબોર્ડમાં તમે જે ઇચ્છો તે લખી શકો છો.

- એક જ વસ્તુ તમારે કરવાની છે, 'આનંદ અનુભવવાનો.'

- તમારી અંદરની શક્તિનો જેટલો વધારે ઉપયોગ કરશો તેટલી વધારે
  શક્તિથી તમે તમારી તરફ વસ્તુઓને આકર્ષી શકશો.

- તમારી ભવ્યતાને ગળે વળગાડવાનો આ છે ઉત્તમ સમય.

- આપણે એક ગૌરવવંતા યુગમાં જીવીએ છીએ. જો આપણે મર્યાદિત
  વિચારસરણીને ઓળંગી શકીએ તો માનવજાતની ભવ્યતાને અનુભવી
  શકીશું, સર્જનના દરેક ક્ષેત્રમાં.

- તમને ગમતી વસ્તુ કરો. તમને કઈ વસ્તુ આનંદ આપે છે તે નક્કી ન કરી
  શકતા હો તો પૂછો, 'મને આનંદ શેમાં મળે છે ?' તમે આનંદ પ્રત્યે
  કટિબદ્ધ હશો તો આનંદ આપનાર વસ્તુઓનો પ્રવાહ તમારા તરફ
  વહેવા લાગશે, કારણ કે તમે ખુશી ફેલાવો છો.

- હવે તમને રહસ્યનું જ્ઞાન મળ્યું છે તેથી તે જ્ઞાનનું શું કરવું તે તમારા
  હાથમાં છે. તમે જે પસંદ કરો તે સાચું છે. બ્રહ્માંડની તમામ શક્તિ
  તમને આધીન છે.

પરિચય

જૉન અસારાફ

જેનું બાળપણ રસ્તા પર વિત્યું હતું, તે જૉન અસારાફ (John Assaraf) હવે આંતરરાષ્ટ્રીય બેસ્ટ સેલર લેખક, વક્તા અને ધંધાકીય સલાહકાર છે. પોતે અસાધારણ જીવન જીવે છે ઉપરાંત સાહસિક ધંધાર્થીઓને વધુ સંપત્તિ મેળવવામાં માર્ગદર્શન આપે છે. છેલ્લાં પચ્ચીસ વર્ષથી જૉન સંશોધનક્ષેત્રે કાર્યરત છે. જેમાં તેઓ માનવીનું મગજ, ક્વૉન્ટમ ફિઝિક્સ અને ધંધાકીય રીતિનીતિનો તુલનાત્મક અભ્યાસ કરીને ધંધાકીયક્ષેત્રે તથા જીવનમાં તેની ઉપયોગિતા પુરવાર કરવા કાર્યરત છે. પોતે જે શીખ્યા છે તેનો ઉપયોગ કરીને જૉને ચાર મલ્ટિમિલિયન ડૉલરની કંપનીઓ ઊભી કરી છે. તે કંપનીઓનું સર્જન તેમણે શૂન્યમાંથી કર્યું છે. હાલમાં તેઓ નાના-મોટા ધંધાર્થીઓને ઉદ્યોગધંધામાં વિકાસ તથા નવા બિઝનેસ મૉડલ વિકસાવવામાં લોકોને સલાહ આપવાનું કામ કરે છે. તેમના વિશે વધુ જાણવા www.onecoach.com ની મુલાકાત લો.

માઈકલ બર્નાર્ડ બૅકવિથ

ઈ.સ. ૧૯૮૬માં ડૉ. માઈકલ બર્નાર્ડ બૅકવિથે (Michael Bernard Beckwith) તટસ્થ, બહુધર્મી તથા પ્રગતિશીલ સંસ્થા ધી અગેપ ઇન્ટરનૅશનલ સ્પિરિચ્યુઅલ સેન્ટરની સ્થાપના કરી જેના સ્થાનિક સભ્યોની સંખ્યા દસ હજારથી વધુ છે અને વિશ્વભરમાં તેના ચાહકોની સંખ્યા એક

લાખથી વધુ થાય. આંતરરાષ્ટ્રીય પેનલોમાં તેઓ પ્રતિષ્ઠિત આધ્યાત્મિક ગુરુઓ જેવા કે દલાઈ લામા, સર્વોદયના સ્થાપક ડૉ. એ. ટી. અરિયારત્ને, મહાત્મા ગાંધીના પૌત્ર અરુણ ગાંધી જેવાના સહભાગી બને છે. ઍસોસિયેશન ફોર ગ્લોબલ ન્યૂ થૉટ નામની સંસ્થાના તેઓ સહસ્થાપક છે, જેના વાર્ષિક સંમેલનમાં સુપ્રસિદ્ધ વિજ્ઞાનીઓ, અર્થશાસ્ત્રીઓ, કલાકારો અને આધ્યાત્મિક નેતાઓ માનવીય ક્ષમતાનો ઉચ્ચતમ ઉપયોગ કેવી રીતે કરવો તેની ચર્ચા-વિચારણા કરે છે.

ડૉ. બૅકવિથ ધ્યાન અને વૈજ્ઞાનિક પ્રાર્થના શીખવે છે, રિટ્રીટનું આયોજન, સંમેલનો અને પરિસંવાદોમાં ઉદ્‌બોધનો કરે છે. લાઇફ વિઝનિંગ પ્રોસેસના તેઓ સ્થાપક છે. તેમના પુસ્તકો *ઇન્સ્પિરેશન્સ ઑફ ધી હાર્ટ*, *40 ડેઝ માઇન્ડ ફાસ્ટ સોલ ફીસ્ટ* અને *એ મૅનિફેસ્ટો ઑફ પીસ* પ્રકાશિત થયાં છે. તેમના વિશે વધુ માહિતી મેળવવા માટે તેમની વેબસાઈટ www.agapelive.comની મુલાકાત લો.

જેનેવીવ બેહરેન્ડ (લગભગ ૧૮૮૧-૧૯૬૦)

જેનેવીવ બેહરેન્ડે (Genevieve Behrend) જજ થોમસ ટ્રોવર્ડ નામની નામાંકિત સંસ્થામાં અભ્યાસ કર્યો હતો. આધ્યાત્મિક મેટાફિઝિક્સના તેઓ પ્રાથમિક શિક્ષક હતાં અને *મેન્ટલ સાયન્સ*ના લેખિકા થોમસ ટ્રોવર્ડે તેમના એકમાત્ર વિદ્યાર્થી તરીકે બેહરેન્ડની પસંદગી કરી હતી અને તેમણે પાંત્રીસ વર્ષ સુધી ઉત્તર અમેરિકામાં શિક્ષિકા, વક્તા તથા *મેન્ટલ સાયન્સ*ના શિક્ષક તરીકે કામગીરી કરી હતી. તેમણે *યોર ઇનવિઝિબલ પાવર* અને *એટેઇનિંગ યોર હાર્ટ્સ ડિઝાયર* જેવાં લોકપ્રિય પુસ્તકો લખ્યાં છે.

લી બ્રોઅર

લી બ્રોઅર (Lee Brower) એમ્પાવર્ડ વેલ્થ નામની આંતરરાષ્ટ્રીય કન્સલ્ટિંગ કંપનીના સ્થાપક અને સી.ઈ.ઓ. છે. આ કંપની ધંધાકીય પેઢીઓ, ફાઉન્ડેશન્સ, ફેમિલીઝ અને વ્યક્તિગત વ્યવસ્થાતંત્ર તથા ઉકેલ અંગે માર્ગદર્શન આપી પાયાના અનુભવ અને યોગદાન તથા નાણાકીય સંશોધનો પર નિયંત્રણ મેળવવામાં સહાય કરે છે. ધી ક્વૉડ્રન્ટ લિવિંગ એક્સ્પીરિયન્સ, એલ.એલ.સી. નામની બોટિક ફર્મના તેઓ સ્થાપક છે, જે ફર્મ 'ક્વૉડ્રન્ટ લિવિંગ એડવાઇઝર્સ' નામના આંતરરાષ્ટ્રીય નેટવર્કને લાઇસન્સ તથા ટ્રેનિંગ આપે છે. *વેલ્થ એન્હેન્સમૅન્ટ એન્ડ પ્રિઝર્વેશન* નામના પુસ્તકના તેઓ સહલેખક તથા *ધી બ્રોઅર ક્વૉડ્રન્ટ* પુસ્તકના લેખક છે. તેમના વિશે વધારે માહિતી મેળવવા તેમની બે વેબસાઈટ છે : www.empoweredwealth.com અને www.quadrantliving.com

જૅક કૅનફિલ્ડ

જૅક કૅનફિલ્ડ (Jack Canfield) *ધ સક્સેસ પ્રિન્સિપલ્સ* પુસ્તકના લેખક તથા ન્યૂયૉર્ક ટાઇમ્સના વિક્રમી બેસ્ટ સેલિંગ પુસ્તક *ચીકન સુપ ફોર ધ સોલ* શ્રેણીના સહસર્જક છે. આ શ્રેણીની દસ કરોડ નકલો અત્યાર સુધીમાં વેચાઈ છે. ઉદ્યોગ સાહસિકો, કૉર્પોરેટ લીડર્સ, મૅનેજર્સ, સેલ્સ પ્રૉફેશનલ્સ, શ્રમિકો તથા શિક્ષકો વગેરેને સફળતાને માર્ગે દોરનારા અમેરિકાના અગ્રણી કન્સલ્ટન્ટ છે. તેમણે હજારો વ્યક્તિઓને તેમનું સપનું સાકાર કરવામાં સહાય કરી છે. વધુ જાણકારી માટે www.jackcanfield.comની મુલાકાત લો.

રૉબર્ટ કૉલિયર (૧૮૮૫-૧૯૫૦)

રૉબટ કૉલિયર (Robert Collier) પ્રતિભાશાળી અને અત્યંત લોકપ્રિય અમેરિકન લેખક હતા. તેમનાં તમામ પુસ્તકો જેવા કે ધ *સિક્રેટ ઑફ ધી એઇજિસ* અને *રિચીસ વિધિન યોર રીચ* એ કૉલિયરના મેટાફિઝિક્સ ઉપરના વ્યાપક સંશોધન અને તેમની વ્યક્તિગત માન્યતા જેમ કે સફળતા, સુખ, સમૃદ્ધિ એ દરેક વ્યક્તિ સરળતાથી અને હકથી મેળવી શકે છે તેના ઉપર આધારિત છે. આ પુસ્તકમાં ધ *સિક્રેટ ઑફ ધી એઇજિસ*નાં સાત પુસ્તકના સેટમાંથી ઉદાહરણો લેવામાં આવ્યાં છે જે માટે રૉબર્ટ કૉલિયેર પબ્લિકેશન્સે ઉદારતાપૂર્વક સંમતિ આપી છે.

ડૉ. જૉન એફ. ડેમાર્ટિની ડી.સી., બી.એસસી.

ડૉ. જૉન ડેમાર્ટિની (Dr. John F. Demartini)ને એક વાર એવું કહેવામાં આવ્યું હતું તેઓ કંઈ પણ શીખી શકશે નહીં. હાલમાં તેઓ ડૉક્ટર, તત્ત્વચિંતક, લેખક અને આંતરરાષ્ટ્રીય વક્તા છે. તેમણે ઘણાં વર્ષો સુધી સફળતાપૂર્વક ચીરોપ્રેક્ટિક (પગની સારવારનું) ક્લિનિક ચલાવ્યું હતું અને એક વાર તેઓ 'ચીરોપ્રેક્ટર ઑફ ધી યર'થી સન્માનિત થયા હતા. હાલમાં તેઓ સ્વાસ્થ્યના વ્યવસાયિકોને માર્ગદર્શન આપે છે તથા સારવાર અને તત્ત્વજ્ઞાન ઉપર વ્યાખ્યાનો આપે છે તથા લેખન કરે છે. તેમની વ્યક્તિગત 'ટ્રાન્સફૉર્મેશન મેથોડોલૉજી'ને કારણે હજારો માણસોએ નવજીવન પ્રાપ્ત કર્યું છે. તેમની વેબસાઇટ : www.drdemartini.com.

મૅરી ડાયમન્ડ

મૅરી ડાયમન્ડ (Marie Diamond) ફેંગશુઈના આંતરરાષ્ટ્રીય નિષ્ણાત છે જેઓ છેલ્લાં વીસ વર્ષથી એનું શિક્ષણ આપે છે. પોતે અગાઉ મેળવેલા જ્ઞાનને તાજું

કરતાં રહે છે. તેમણે હોલિવૂડના અનેક સ્ટાર્સ, મહાન ફિલ્મ દિગ્દર્શકો તથા નિર્માતાઓ, સંગીતકારો અને સુપ્રસિદ્ધ લેખકોને સલાહસૂચનો આપ્યાં છે. ઘણી બધી જાહેર વ્યક્તિઓને તેમના કાર્યક્ષેત્રમાં વધારે સફળતા મેળવવામાં મદદ કરી છે. વ્યક્તિના જીવનમાં આકર્ષણના નિયમ તથા વાતાવરણ વચ્ચે સેતુ રચવા માટે 'ડાયમંડ ફેંગશુઈ', 'ડાયમંડ ડાઉઝિંગ' અને 'ઇનર ડાયમંડ ફેંગશુઈ'નું નિર્માણ કર્યું છે. વધુ માહિતી માટે તેમની વેબસાઇટ www.mariediamond.comની મુલાકાત લો.

માઇક ડૂલી

માઇક ડૂલી (Mike Dooley)ને 'કારકિર્દી શિક્ષક' કે 'વક્તા' કહેવાને બદલે 'જીવનના સાહસવીર' કહેવા જોઈએ, કેમ કે ઉદ્યોગધંધાના ક્ષેત્રે તેમણે સફળતાપૂર્વક ઝંપલાવ્યું છે. પ્રાઇસ વૉટરહાઉસ માટે વિશ્વભરમાં કામ કર્યા પછી તેમણે ટોટલી યુનિક થૉટ્સ (ટીયુટી) નામની પ્રેરણાત્મક ગિફ્ટ્સ વેચતી વેબસાઇટની સ્થાપના કરી જેથી તેનાં પર હોલસેલ અને રિટેલ વ્યવસાય કરી શકાય. થોડા જ સમયમાં ટીયુટીએ પોતાના સ્થાનિક સ્ટોર્સની ચેઇન બનાવીને અમેરિકાના મહત્ત્વના ડિપાર્ટમેન્ટલ સ્ટોર્સમાં પોતાનું વર્ચસ્વ જમાવ્યું. છેવટે તેમણે આંતરરાષ્ટ્રીય સ્તરે પોતાના ડિસ્ટ્રિબ્યુશન સેન્ટર મારફતે જાપાન, સાઉદી અરેબિયા અને સ્વિટ્ઝરલૅન્ડમાં પોતાનો ધંધો વિસ્તાર્યો. તે રીતે તેમણે દસ લાખ કરતાં વધારે ટીયુટી શર્ટ્સનું® વેચાણ કર્યું. ઈ.સ. ૨૦૦૦માં તેમણે ટીયુટીનો વેબ આધારિત 'ઇન્સ્પિરેશનલ એન્ડ ફિલૉસૉફિકલ એડવેન્ચર ક્લબ' તરીકે પ્રચાર કર્યો જેના હાલમાં ૧૬૯ દેશોમાં ૬૦,૦૦૦થી અધિક સભ્યો છે. તેઓ અનેક પુસ્તકોના લેખક છે, જેમાં ત્રણ ભાગમાં લખાયેલી *નોટ્સ ફ્રોમ ધી યુનિવર્સ* તથા આંતરરાષ્ટ્રીય સ્તરે લોકપ્રિય બનેલો ઓડિયો પ્રોગ્રામ *ઇનફાઇનાઇટ પૉસિબિલિટીઝ : ધ આર્ટ ઑફ લિવિંગ યોર ડ્રીમ્સ*નો સમાવેશ થાય છે. માઇક અંગે અને ટીયુટી અંગે અધિક જાણકારી માટે www.tut.comની મુલાકાત લો.

બૉબ ડૉયલ

બૉબ ડૉયલ (Bob Doyle) વેલ્થ બિયૉન્ડ રીઝન પ્રોગ્રામના સર્જક અને પ્રચારક છે. સમૂહમાધ્યમો આધારિત આ એક સશક્ત પ્રોગ્રામ છે. તેનો અભ્યાસક્રમ આકર્ષણના નિયમની વ્યવહારુ ઉપયોગિતા પર ભાર મૂકે છે. તમારા જીવનમાં આકર્ષણના નિયમનું વિજ્ઞાન ઉદ્દેશ્યપૂર્ણ રીતે કેવી રીતે અમલમાં મૂકવું તથા તમારી ઇચ્છિત વસ્તુઓ જેવી કે સમૃદ્ધિ, સફળતા, સુમેળભર્યા સંબંધો કેવી રીતે પ્રાપ્ત કરવા તે બાબત ઉપર તેઓ કેન્દ્રિત કરે છે. તેમનો સંપર્ક કરવા www.wealthbeyondreason.comની મુલાકાત લો.

હેલ ડ્વૉસ્કિન

ન્યૂયૉર્ક ટાઇમ્સ બેસ્ટ સેલર પુસ્તક ધ સેકન્ડ મેથડના લેખક હેલ ડ્વૉસ્કિન (Hale Dwoskin) લોકોને તેમની મર્યાદિત માન્યતાઓમાંથી મુક્ત કરાવી તેમને હૈયે વસેલા ઉદ્દેશ્યો પ્રત્યે સક્રિય બનવા પ્રેરે છે. ધી સેડોના મેથડ એ એવી અપ્રતિમ અને સશક્ત ટૅક્નિક છે જે તમને લાગણીઓ, માન્યતાઓ તથા અભિગમોને લીધે ઊઠતી પીડામાંથી મુક્ત કરાવે છે. હેલ એ આ સિદ્ધાંતો દુનિયાભરની કંપનીઓ તથા વ્યક્તિઓને શીખવ્યા છે. વધુ માહિતી માટે તેમની વેબસાઇટ www.sedona.comની મુલાકાત લો.

મૉરિસ ગુડમૅન

'ચમત્કારિક પુરુષ' તરીકે જાણીતા બનેલા મૉરિસ ગુડમૅન (Morris Goodman) ૧૯૮૧ની સાલની હેડલાઇન્સમાં ચમક્યા હતા. જ્યારે વિમાન અકસ્માતમાં જીવલેણ રીતે ઘાયલ થયા પછી તેઓ સંપૂર્ણ સાજા થઈ

ગયા હતા. તેમને વિશે જણાવાયું હતું કે તેઓ ચાલી કે બોલી શકશે નહીં તથા સામાન્ય જિંદગી જીવી શકશે નહીં, પણ આજે મૉરિસ હજારો લોકોને પોતાની ગજબનાક અનુભવકથા દ્વારા ઉચ્ચતમ લક્ષ્ય માટે પ્રેરે છે. તેમનાં પત્ની કેથી ગુડમૅન પણ *ધી સિક્રેટ*માં સ્થાન પામ્યાં છે, જેઓ જાતે કેવી રીતે સાજાં થયાં તેની પ્રેરણાત્મક કથા કહે છે. વધુ માહિતી મેળવવા માટે તેમની વેબસાઈટ www.themiracleman.org જુઓ.

જૉન ગ્રે, પીએચ.ડી.

જૉન ગ્રે (John Gray) સંબંધોને લગતું તેમનું સર્વાધિક વેચાણ ધરાવતું પુસ્તક *મૅન આર ફ્રૉમ માર્સ, વીમેન આર ફ્રૉમ વિનસ*ના લેખક તરીકે જાણીતા છે. છેલ્લા દાયકામાં આ પુસ્તકની ત્રણ કરોડથી વધારે નકલો વેચાઈ છે. તેમણે આવાં બીજાં ચૌદ બેસ્ટ સેલર પુસ્તકો લખ્યાં છે. હજારો લોકોને માટે તેઓ સેમિનાર્સ યોજે છે. અંગત સ્તરે તથા વ્યાવસાયિક સ્તરે પુરુષો તથા સ્ત્રીઓએ તેમના વિરોધો ભૂલીને એકબીજાને સમજીને આદર આપતાં કેવી રીતે શીખવું જોઈએ તે તેમના શિક્ષણનો ઉદ્દેશ્ય છે. તેમના નવા પુસ્તકનું નામ છે, *માર્સ એન્ડ વિનસ ડાયેટ એન્ડ એક્સરસાઇઝ સોલ્યુશન*. તેમની વેબસાઇટ છે : www.marsvenus.com.

ચાર્લ્સ હાનેલ (૧૮૬૬-૧૯૪૯)

ચાર્લ્સ હાનેલ (Charles Haanel) એક સફળ અમેરિકન વેપારી હતા. તેમણે કેટલાંક પુસ્તકો લખ્યાં છે, જેમાં તેમણે પોતે જિંદગીમાં સફળ થવા અજમાવેલા વિચારો તથા પ્રયોગોની વાત કરી છે. તેમનું અત્યંત જાણીતું પુસ્તક છે *ધી માસ્ટર કી સિસ્ટમ*, જેમાં તેમણે મહાનતા મેળવવાનો ચોવીસ અઠવાડિયાંનો કાર્યક્રમ આપ્યો છે. ઈ.સ. ૧૯૧૨માં પ્રકાશિત આ પુસ્તક આજે પણ એટલું જ લોકપ્રિય છે.

જૉન હેજલિન, પીએચ.ડી.

ડૉ. જૉન હેજલિન (John Hagelin) વિશ્વવિખ્યાત ક્વૉન્ટમ ફિઝિસિસ્ટ, શિક્ષણશાસ્ત્રી અને જાહેરનીતિના નિષ્ણાત છે. તેમના *મેન્યુઅલ ફોર એ પરફેક્ટ ગવર્નમેન્ટ* પુસ્તકમાં કુદરતના નિયમ સાથે સંવાદ સાધનારી નીતિ દ્વારા મહત્ત્વના સામાજિક તથા પર્યાવરણના પ્રશ્નોનો કેવી રીતે ઉકેલ લાવવો તથા વિશ્વશાંતિ કેવી રીતે સ્થાપવી તેની સમજૂતી આપવામાં આવી છે. જૉન હેજલિનને પ્રતિષ્ઠિત કિલ્બી ઍવૉર્ડ એનાયત થયો છે. સમાજને મહત્ત્વનું પ્રદાન કરનાર વિજ્ઞાનીઓને આ ઍવૉર્ડ આપવામાં આવે છે. ઈ.સ. ૨૦૦૦માં તેઓ નેચરલ લૉ પાર્ટીના પ્રમુખપદના ઉમેદવાર હતા. વિશ્વના મહાનતમ વિજ્ઞાની તરીકે જૉન હેજલિન ઓળખાય છે. એમની વેબસાઇટ www.hagelin.orgની મુલાકાત લો.

બિલ હેરિસ

બિલ હેરિસ (Bill Harris) એ વ્યાવસાયિક વક્તા, શિક્ષક અને વેપારી છે. મનની પ્રકૃતિ તથા તેના રૂપાંતરની પદ્ધતિઓ વિશે પ્રાચીન અને અર્વાચીન શોધખોળને આધારે બિલ હેરિસે ઊંડું ધ્યાન ધરવામાં મદદરૂપ થાય તેવી હોલોસિન્ક ટેક્નૉલૉજી વિકસાવી છે. તેમણે સ્થાપેલી કંપની સેન્ટરપૉઇન્ટ રિસર્ચ ઇન્સ્ટિટ્યૂટ વિશ્વભરમાં હજારો લોકોને તાણમુક્ત સુખી જિંદગી જીવવામાં મદદરૂપ થાય છે. તેમના વિશે વધુ જાણકારી માટે તેમની વેબસાઈટ www.centerpointe.comની મુલાકાત લો.

ડૉ. બૅન જૉન્સન, એમ.ડી., એન.એમ.ડી., ડી.ઓ.

જીવલેણ બીમારીમાં બિનપરંપરાગત સારવાર પદ્ધતિથી સાજા થવાને લીધે બૅન જૉન્સન (Dr. Ben Johnson)

પાશ્ચાત્ય સારવાર પદ્ધતિમાં ટ્રેઇન થયેલા હોવા છતાં ઊર્જા દ્વારા સાજા થવાની પદ્ધતિમાં રસ લેવા લાગ્યા. તેઓ ધી હીલિંગકોડ્સ નામની ડૉ. એલેક્સ લોઇડે શોધેલી વિશિષ્ટ સારવાર પદ્ધતિમાં વિશેષ રસ લે છે. આજે તો ડૉ. જૉન્સન અને એલેક્સ લોઇડ ધી હીલિંગ કોડ કંપની ચલાવે છે, જે શિક્ષણ આપવાનું કામ કરે છે. વધુ જાણકારી માટે તેમની વેબસાઈટ www.healingcodes.comની મુલાકાત લો.

લોરલ લેંજમિયર

લોરલ લેંજમિયર (Loral Langemeier) લિવ આઉટ લાઉડ નામની કન્સલટન્ટ કંપનીના સ્થાપક છે. આ કંપની નાણાકીય માર્ગદર્શન અને સહાય આપવાનું કામ કરે છે, જેનાથી લોકો તેમનું આર્થિક લક્ષ્ય સિદ્ધ કરી શકે. આપણી માનસિક સ્થિતિ એ સંપત્તિ પ્રાપ્ત કરવા માટેની ચાવી છે. તેમણે ઘણા લોકોને લખપતિ થવામાં સહાય કરી છે. પોતાના જ્ઞાન અને અનુભવનો લાભ લોરલ વ્યક્તિઓને તથા કૉર્પોરેશનને આપે છે. તેમનાં વિશે વધુ માહિતી મેળવવા તેમની વેબસાઇટ www.liveoutloud.comની મુલાકાત લો.

પ્રેન્ટિસ મલફોર્ડ (૧૮૩૪-૧૮૯૧)

ન્યૂ થૉટ મૂવમેન્ટના સ્થાપક અને પ્રારંભિક લેખક તરીકે પ્રેન્ટિસ મલફોર્ડ (Prentice Mulford) જાણીતા છે. તેમણે તેમની મોટા ભાગની જિંદગી એકાંતવાસમાં વિતાવી હતી. તેમણે પોતાના લેખન દ્વારા અસંખ્ય લેખકો તથા ઉપદેશકોને પ્રભાવિત કર્યા છે. તેમનાં પુસ્તકો મનના અને આધ્યાત્મિક નિયમોની વાત કરે છે. તેમના જાણીતાં પુસ્તકો *થૉટ્સ આર થિંગ્સ* અને એમના ઘણાખરા નિબંધોનો સંગ્રહ *ધ વ્હાઇટ ક્રોસ લાઇબ્રેરી* છે.

લીસા નિકોલ્સ

લીસા નિકોલ્સ (Lisa Nichols) વ્યક્તિગત સશક્તિકરણના પ્રખર હિમાયતી છે. મોટિવેટિંગ ધી માસીસ એન્ડ મોટિવેટિંગ ધી ટીન સ્પિરિટના તેઓ સ્થાપક સી.ઇ.ઓ. છે. આ બે વ્યાપક બૌદ્ધિક વ્યાયામના પ્રોગ્રામ છે. તેનાથી યુવાનો, સ્ત્રીઓ, ઉદ્યોગપતિઓના જીવનમાં ધરખમ પરિવર્તનો આવ્યાં છે. તેઓ શિક્ષણતંત્ર, કૉર્પોરેટ જગત, સશક્તિકરણની સંસ્થાઓ અને શ્રદ્ધા પ્રેરિત કાર્યક્રમોમાં માર્ગદર્શન પણ આપે છે. *ચિકન સુપ ફૉર ધી આફ્રિકન અમેરિકન સોલ* પુસ્તકનાં સહલેખિકા છે. વધુ માહિતી મેળવવા માટે તેમની વેબસાઇટ www.lisa-nichols.comની મુલાકાત લો.

બૉબ પ્રૉક્ટર

બૉબ પ્રૉક્ટર (Bob Proctor)નું બૌદ્ધિક ઘડતર મહાન શિક્ષકોની પરંપરા મારફતે થયું છે. જેની શરૂઆત એન્ડ્રયુ કાર્નેગીથી થઈ. કાર્નેગીએ તેમનું જ્ઞાન નૅપોલિયન હીલને આપ્યું, જેમણે તે અર્લ નાઇટિંગેલને આપ્યું. અર્લ નાઇટિંગેલે એ જ્ઞાનજ્યોત બૉબ પ્રૉક્ટરને આપી. બૉબ પ્રૉક્ટરે છેલ્લાં ચાલીસ વર્ષોથી મનની શક્તિ કેળવવાના ક્ષેત્રે કામ કર્યું છે. વિશ્વભરમાં પ્રવાસો ખેડીને તેમણે *ધી સિક્રેટ*નું શિક્ષણ આપ્યું છે. આકર્ષણના નિયમ અનુસાર સમૃદ્ધ અને સુખમય જીવન કેવી રીતે જીવવું તેનું માર્ગદર્શન તેઓ વ્યક્તિ અને કંપનીઓને આપતા આવ્યા છે. *યુ વેર બૉર્ન રિચ* નામના આંતરરાષ્ટ્રીય બેસ્ટ સેલર પુસ્તકના તેઓ લેખક છે. બૉબ વિશે વધુ જાણવા માટે તેમની વેબસાઈટ www.bobproctor.comની મુલાકાત લો.

જેમ્સ આર્થર રે

સાચી સંપત્તિ તથા સમૃદ્ધિના સિદ્ધાંતોના આજીવન અભ્યાસી એવા જેમ્સ આર્થર રે (James Arthur Ray) ધ સાયન્સ ઑફ સક્સેસ એન્ડ હાર્મોનિક વેલ્થના® જનક છે. આર્થિકક્ષેત્રે, સંબંધોને ક્ષેત્રે, બૌદ્ધિક-શારીરિક-આધ્યાત્મિકક્ષેત્રે અસાધારણ પરિણામ કેવી રીતે મેળવવું તેનું શિક્ષણ આ કંપની આપે છે. તેમના વિવિધ પ્રોગ્રામો જે વ્યક્તિગત રીતે, કૉર્પોરેટ પ્રોગ્રામમાં તથા શૈક્ષણિક જગતને ઉદ્દેશે છે તેનો ઉપયોગ વિશ્વભરમાં કરાય છે. સાચી સંપત્તિ, સફળતા, માનવક્ષમતા જેવા વિષયો પર તેઓ નિયમિત રીતે વ્યાખ્યાનો આપે છે. પૂર્વની ઘણીબધી દેશી અને રહસ્યમય પરંપરાના તેઓ નિષ્ણાત છે. વધુ જાણકારી માટે તેમની વેબસાઈટ www.jamesray.comની મુલાકાત લો.

ડેવિડ સ્કિર્મર

ડેવિડ સ્કિર્મર (David Schirmer) અત્યંત સફળ શૅરદલાલ, રોકાણકાર, રોકાણના તાલીમાર્થી છે જેઓ નિયમિત રીતે વર્કશૉપ્સ, સેમિનાર્સ તથા અભ્યાસક્રમોનું આયોજન કરે છે. 'ટ્રેડિંગ એજ' નામની તેમની કંપની, માનસિક અનુકૂલન કેળવીને વધુમાં વધુ કમાણી કેવી રીતે કરી શકાય તેનું શિક્ષણ લોકોને આપે છે. ઑસ્ટ્રેલિયન તથા ઓવરસીઝ શૅર અને કોમોડિટી માર્કેટનું તેમનું પૃથક્કરણનું વ્યાપાર જગતમાં તેની ચોકસાઈને લીધે મહત્ત્વનું સ્થાન છે. તેમના વિશે વધુ જાણવા માટે સંપર્ક કરો : www.tradingedge.com.au.

માર્સી શિમોફ, એમબીએ

માર્સી શિમોફ (Marci Shimoff) અદ્‌ભુત સફળતાને વરેલી પુસ્તકશ્રેણી *ચીકન સૂપ ફોર ધ વુમેન્સ સોલ* અને *ચીકન સૂપ ફોર ધી મધર્સ સોલ*નાં સહલેખિકા છે. તેઓ ટ્રાન્સફોર્મેશનલ લીડર છે. તેઓ વ્યક્તિગત વિકાસ તથા

સુખ વિશે લાગણીસભર પ્રવચનો આપે છે. સ્ત્રીઓનાં જીવનને ઉજ્જ્વળ બનાવવા માટે તેમના ખાસ પ્રયત્નો હોય છે. ધી એસ્ટિમ ગ્રૂપ કંપનીના તેઓ સહસ્થાપક અને પ્રમુખ છે. સ્ત્રીઓ માટે પ્રેરણાત્મક તથા આત્મવિશ્વાસ જન્મે તેવા કાર્યક્રમો આ કંપની આપે છે. તેમની વેબસાઇટ www.marcishimoff.comની મુલાકાત લો.

ડૉ. જો વિટાલ, એમએસસી.ડી.

વીસ વર્ષ અગાઉ જે બેઘર હતા, તે જો વિટાલ (Dr. Joe Vitale) આજે વિશ્વના સર્વશ્રેષ્ઠ માર્કેટિંગ નિષ્ણાતોમાંના એક છે. સફળતા અને સમૃદ્ધિના સિદ્ધાંતોને લગતાં શ્રેણીબદ્ધ પુસ્તકો તેમણે લખ્યાં છે, જેમાં *લાઇફ્સ મિસિંગ ઇન્સ્ટ્રક્શન મૅન્યુલ*, *હિપ્નોટિક રાઇટિંગ* અને *ધ એટ્રેક્ટર ફૅક્ટર* સૌથી વધુ વેચાણ ધરાવે છે. મેટાફિઝિકલ સાયન્સમાં તેમણે ડૉક્ટરેટ કર્યું છે તથા માન્યતા પ્રાપ્ત હિપ્નૉથેરાપિસ્ટ, મેટાફિઝિકલ પ્રેક્ટિશનર, ઑર્ડેઇન્ડ મિનિસ્ટર અને ચિકુંગ હીલર છે. તેમની વેબસાઇટ www.mrfire.com છે.

ડૉ. ડેનિસ વેટલી, પીએચ.ડી.

અમેરિકાના સર્વસામાન્ય લેખકો, વક્તાઓ તથા ઊંચી કાર્યશીલતા દ્વારા માનવીય સિદ્ધિઓના નિષ્ણાતોમાં ડૉ. ડેનિસ વેટલી (Dr. Denis Waitley)ની ગણતરી થાય છે. નાસાના અવકાશયાત્રીઓને તેમણે તાલીમ આપી હતી. પછી તેમણે આ જ કાર્યક્રમ ઑલિમ્પિકના ખેલાડીઓ માટે પણ કર્યો હતો. આત્મપ્રભુત્વના કાર્યક્રમને લગતું તેમનું ઓડિયો આલબમ *ધ સાઇકૉલૉજી ઑફ વિનિંગ* અત્યંત લોકપ્રિય છે. તેઓ પંદર જેટલાં પુસ્તકોના લેખક છે. જેમાંનાં ઘણાંખરાં પુસ્તકો આંતરરાષ્ટ્રીય બેસ્ટ સેલર છે. તેમના વિશે વધુ માહિતી મેળવવા માટે તેમની વેબસાઇટ www.waitley.comની મુલાકાત લો.

નીલ ડોનાલ્ડ વૉલ્શ

નીલ ડોનાલ્ડ વૉલ્શ (Neale Donald Walsch) આજના યુગના આધ્યાત્મિક ગુરુ છે. ન્યૂયૉર્ક ટાઇમ્સના બેસ્ટ સેલર્સ લિસ્ટમાં સ્થાન પામેલી અને વિક્રમસર્જક વેચાણ ધરાવતી *કન્વર્સેશન્સ વિથ ગૉડ* શ્રેણીનાં ત્રણ પુસ્તકોના લેખક છે. અત્યાર સુધીમાં તેમનાં બાવીસ પુસ્તકો પ્રકાશિત થયાં છે. તે ઉપરાંત નવી આધ્યાત્મિકતાનો સંદેશો આપનારી ઓડિયો અને વીડિયો કૅસેટો પણ તૈયાર કરી છે. વ્યાખ્યાન અર્થે તેઓ વિશ્વભરમાં પ્રવાસ કરે છે. વધુ માહિતી મેળવવા માટે તેમની વેબસાઇટ www.nealedonaldwalsch.comની મુલાકાત લો.

વાલેસ વેટલ્સ (૧૮૬૦-૧૯૧૧)

અમેરિકામાં જન્મેલા વાલેસ વેટલ્સે (Wallace Wattles) વિવિધ ધર્મો અને ફિલસૂફીઓનો અભ્યાસ કર્યા પછી 'ન્યૂ થૉટ'ના સિદ્ધાંતો પર આધારિત લેખનકાર્ય શરૂ કર્યું હતું. સફળતા અને સમૃદ્ધિના પાઠ આપતા ઘણા શિક્ષકો ઉપર વેટલ્સનાં ઘણાં પુસ્તકોનો પ્રભાવ છે. ઈ.સ. ૧૯૧૦માં પ્રકાશિત તેમનું પુસ્તક *ધ સાયન્સ ઑફ ગેટિંગ રિચ* એ વિષયનું ક્લાસિક પુસ્તક ગણાય છે.

ફ્રેડ એલન વૉલ્ફ, પીએચ.ડી.

ફ્રેડ એલન વૉલ્ફ (Fred Alan Wolf) ભૌતિકશાસ્ત્રી, લેખક, વક્તા અને થિયોરેટિકલ ફિઝિક્સમાં ડૉક્ટરેટ છે. ડૉ. વૉલ્ફે વિશ્વભરની યુનિવર્સિટીઓમાં શિક્ષણ આપ્યું છે. 'ક્વૉન્ટમ ફિઝિક્સ એન્ડ કોન્સિયસનેસ' ઉપર તેમણે કરેલું લેખન બહુ જાણીતું છે. તેઓ બાર પુસ્તકોના લેખક છે જેમાં ટેઇકિંગ ધી

*ક્વૉન્ટમ લીપ*નો પણ સમાવેશ થાય છે, જેને નૅશનલ બુક ઍવૉર્ડ મળ્યો હતો. આજે પણ ડૉ. વૉલ્ફ લેખનકાર્ય કરે છે તથા ક્વૉન્ટમ ફિઝિક્સ અને કૉન્સિયસનેસ વિશે સંશોધન કરે છે તથા વિશ્વભરમાં પ્રવચનો આપે છે. તેમનાં વિશે વધુ માહિતી મેળવવા તેમની વેબસાઇટ www.fredalanwolf.comની મુલાકાત લો.

રહસ્ય પુસ્તક તમારા જીવનને
પ્રેમ અને ખુશીથી ભરી દે એવી શુભેચ્છા.

તમારે માટે અને દુનિયાને માટે મારી આ શુભેચ્છા છે.

વધુ અનુભવ લેવા www.thesecret.tvની મુલાકાત લો.